அருகிருக்கும் தனியன்

அருகிருக்கும் தனியன்

ரவிசுப்பிரமணியன்

போதிவனம்

அருகிருக்கும் தனியன்

கவிதைகள் ❏ ஆசிரியர்: ரவிசுப்பிரமணியன் ❏ முதல் பதிப்பு: மார்ச் 2025 ❏ பக்கங்கள்: 136 ❏ புற அக வடிவமைப்பு: பா. ஜீவமணி ❏ முன் அட்டை ஒளிப்படம்: நவீன்ராஜ் கௌதமன் ❏ வெளியீடு: போதிவனம், அகமது வணிக வளாகம், 12/293, இராயப்பேட்டை நெடுஞ்சாலை, இராயப்பேட்டை, சென்னை – 600 014. ❏ தொலைபேசி: 91-98414 50437 ❏ மின்னஞ்சல்: bodhivanam@gmail.com

Arugirukkum thaniyan

Kavithaigal ❏ Author: Ravisubramaniyan ❏ Language: Tamil ❏ Pages: 136 ❏ First Edition: March 2025 ❏ Cover Design, Layout: B. Jeevamani ❏ Wrapper Photo: Naveenraj Gowthaman ❏ Published by Bodhivanam, Ahmed Complex Ground Floor, 12/293, Royapettah High Road, Royapettah, Chennai – 600 014, India ❏ Phone: 91-98414 50437 ❏ Email: bodhivanam@gmail.com

ISBN: 978-81-983907-7-6

Price: Rs. 175

பதிப்புரை

வார்த்தை ஜாலங்களற்ற மொழியின் ஆகச்சிறந்த சாத்தியப்பாடுகளுடன் கூடிய கவிஞர் ரவிசுப்பிரமணியனின் கவிதைக்குள் ஊடுபாவாக நெய்துள்ள இசை மீட்டல்களின் நாத லயத்தை தேர்ந்த வாசகனால் உணர முடியும். சஞ்சலங்கள் நிறைந்த வாழ்க்கை தரும் மன ஆங்காரத்தை தனது கவிதை வரிகள் என்னும் ஓங்கார நாதத்தால் வருடி சமநிலைப்படுத்துவதாக அமைகின்றன. இசையைப் போலவே மேடு பள்ளங்கள் நிறைந்த மனித வாழ்க்கை என்பது ஏற்ற இறக்கங்களுடனான ஸ்தாயி அமைப்பைக் கொண்டதாக உள்ளது. ஒவ்வொரு ஸ்தாயியில் நிலைகொள்ளும்போதும் ஒவ்வொரு அனுபவங்களைக் கண்டடைகிறோம். அத்தகைய ஸ்தாயி பாவங்களை தன்னுடைய கவிதைகளில் ஒரு கோர்வையாக வரிசைப்படுத்தி ராகமாலைகளாக அடுக்கியுள்ளார். தனது கவிதைகளின் வழி மெய்யான ஆன்மீக உரையாடலை நிகழ்த்த விரும்பும் இவர் முன்மொழியும் ஆன்மீகம் என்பது மொன்னையான சடங்கு வழிபாட்டையோ, புறம் சார்ந்த ஆர்ப்பாட்ட அலங்காரங்களையோ முன்வைப்பதாக அல்லாமல் ரூப அரூபங்களைக் கடந்து அந்தகார வெளிக்குள் நுழைந்து ஒளிபாய்ச்சுவதாக அமைகிறது. உதாரணமாக,

“கீழ் ஸ்தாயி மெல்லொலியின் ஓர்மை லயிப்பில்
வசமிழந்தது எல்லாம்
நாதமடங்கிய
தியான அமைதி
மெல்லெனவே இமை திறந்தால்
தாங்கொணா புற ஒளிக் கூச்சல்”

கோயில் என்பது தெய்வம் உறையும் இடமாகக் கொண்டுள்ள நிலையில் இவரது கவிதையை வாசிக்கும் வாசகன் கோயிலுக்குள் நுழைந்தால் தன் வசமிழந்து தெய்வத்தை மறந்து தன்னைச்

சுற்றியுள்ள வெளியில், காற்றில், ஆகாயத்தில் இறைமையைக் காண்கிறான். இறைமையைக் காண்பதென்பது கர்ப்பகிருகத்தில் பிரதிஷ்டை செய்யப்பட்ட சிலையை தரிசிப்பது மட்டுமல்ல. பிரகார வெளியும், மாடத்திலிருந்து சடசடத்து பறக்கும் புறாக்களும், மூடுண்டு இருண்ட மனத்துள்ளும் எழும் நம்பிக்கை எனும் ஒளிக்கீற்றுப்போல கர்ப்பகிரகத்தின் கற்சாளரம் வழி வானிலிருந்து சுடரும் பரிதியின் ஒளிக்கிரணங்கள் மினுக்குவதும், வலியும் வேதனையும் நிறைந்து ரணங்களால் புண்ணான நெஞ்சை நாகஸ்வர சீவாளியின் வழி எழும்பும் இசையானது அசையாத மனதையும் அசைத்தசைத்து வருடும் ப்ருகாக்களாக எழும்பி ஆற்றுப்படுத்துவதும், அந்த இசைக்கேற்ப அசைந்து சுடர்ந்து ஒளிரும் நெய்தீபங்களும் என தியான அமைதியில் பரந்து விரிகிறது இறைமை. எல்லோருக்கும் புலன்கள் இருக்கின்றன. அதன்வழி பார்த்தலும், கேட்டலும், நுகர்தலும் என இயந்திரகதியில் நிகழ்வது அப்புலன்கள் விழிப்புடன் இருக்கின்றன என்பதற்கான சாட்சியமாக இருந்தாலும் அவையனைத்தும் புறவயமானவையே.

பால்யத்தின் காதலும் அன்பும் நிறைந்த நினைவுச் சுவடுகள் ஒரு வெண் கொக்கின் பறத்தலைபோல் கணநேரத்தில் மனக்கண்ணில் மின்னி மறைகிறது. அலைந்துழலும் வாழ்வில் வீடு என்பது தளைகளற்ற சகலவித சுதந்திரத்தை அளிப்பதாக இல்லாமல், ஒளிவுமறைவற்று மனம்திறந்து பேசமுடியாமல் சுற்றி இருக்கும் வீட்டின் சுவர்கள் மூச்சுமுட்டச் செய்யும்போது எதிரிலிருக்கும் மரங்களும் வீசும் காற்றும் பூங்காவும் பூங்காவின் இருக்கைகளும் இரு கைகளை விரித்து அரவணைத்து தாய்மடிபோல் கிடத்தி தலைகோதுகின்றன.

வயதானால் என்ன? குழந்தைகள் பெற்றால் என்ன? ஒவ்வொரு பெண்ணுக்குள்ளும் பால்யத்தின் நினைவுகள் சுழன்றபடியேதான் இருக்கும். தன்னை மறந்த தனிமையில் பால்யத்தின் நினைவுகளில் மூழ்கித் திளைத்துக் கொண்டிருக்கும்போதுகூட சமூகம் என்கிற புறவெளி ஒரு அழைப்பு மணியின் அழுத்தத்தில் அவளை நிதர்சனத்திற்குக் கொண்டுவந்து நிறுத்திவிடுகிறது.

"நதிக்கும் நாதியில்லை
நதிக்கரையில் மிஞ்சிய நலிந்தார்க்கும் யாருமில்லை"

பல்லாண்டுகால பழம்பெருமை நிலைநாட்ட தொடைதட்டி, மார்தட்டி 'காட்சி அரசியல்' செய்யும் சூழலில் இயற்கை வளங்கள் எந்தவித கேள்வியுமின்றி சூறையாடப்பட்டு தமிழ் மண்ணும் மக்களும் இழந்தவற்றை, அவற்றின்மீது கொண்ட காதலினால் அறத்தொடு நின்று திருவையாறப்பனை நோக்கி அறம் பாடுகிறார்.

"மனமது செம்மையானால் மந்திரம் செபிக்க வேண்டா
மனமது செம்மையானால் வாயுவை உயர்த்த வேண்டா
மனமது செம்மையானால் வாசியை நிறுத்த வேண்டா
மனமது செம்மையானால் மந்திரம் செம்மையாமே"

என்ற அகத்தியனின் கூற்றுபோல...

"செருப்புகளோடு
அதிகாரத்தையும் கழற்றி வாசலில் விட்டுவிட்டு
கோரிக்கையேதுமின்றி மனிதர்கள் வருகையில்
இடுப்பில் துண்டைக் கட்டி வணங்கியபடி
எதிர்கொண்டழைக்க வருகிறான்
ஆண்டவனும்"

மேலே சொன்னபடி இறைவனை தேடல், இறைமை என்பது கோவிலிலோ, பூசைகளிலோ, சடங்குகளிலோ மட்டும் காண்பதல்ல, அது பிரபஞ்ச இயக்க வெளியில் பரந்து வியாபித்திருக்கிறது... இறையை தேடுகின்ற அதே நேரத்தில் இறை என்ற ஒன்று இருக்கிறதா, இறைமை என்பதற்கான அளவுகோல்தான் என்ன என்ற கேள்வியையும் நம்முன் வைப்பதாக கவிதைகள் விரிகின்றன.

கவிஞர் ரவிசுப்பிரமணியனின் கவிதைகளைத் தொடர்ந்து அவதானித்துவரும் வாசகன் இக்கவிதைத் தொகுப்பில் வேறு ஒரு பரிமாணத்தையும் காணமுடியும். தாய்க்கும் தனக்குமான பிணக்கை ஆறா வடுவாய் பல்வேறு கவிதைகளில் முன்வைத்த வண்ணமே உள்ள நிலையில் அத்தகைய பிணக்கில் ஒரு மாற்றத்தையும், முன்னேற்றத்தையும் காணமுடியும். இத்தனை காலம் தன்னை வஞ்சித்த தாயை கடுமையாக சாடிய கவிமனது, தற்போது கடந்தகால அனுபவங்களே தன்னை புடம்போட்டதாகக் கருதி, சாபத்தையே தனக்கான வரமாக்கி ரசவாதத்தை நிகழ்த்துகிறது.

அதேபோன்று தனது கவிதைகளில் மணிப்பிரவாள நடையையே கடைப்பிடித்துவரும் நிலையில் இத்தொகுப்பில் அதன் வீரியம் சற்றுக் குறைவாக இருப்பதையும் காணமுடியும்.

ஒரு நாடகச் செயல்பாட்டாளன் என்ற வகையிலும் ஏற்கனவே சில கவிதைகளை நாடகமாக மேடையேற்றியவன் என்ற முறையிலும் இத்தொகுப்பில் இடம்பெற்றுள்ள 'அவசரங்கள் அர்த்தமிழந்த காலம்', 'சுநாதத்தால் கிறக்கியவன்', 'குடிநீரும் கிடைக்கவில்லை' ஆகிய கவிதைகளில் நாடகக்கூறுகள் பொதிந்துள்ளதைக் காண்கிறேன். அதிலும் 'சுநாதத்தால் கிறக்கியவன்' என்கிற கவிதையை தேர்ந்த ஒளிப்பதிவாளனும் இயக்குநனும் இணைந்து பலவண்ண ஓவியமாகத் தீட்ட முடிவது மட்டுமல்லாமல், 'ஊழ்' என்கிற கவிதை ஒரு நாடோடியின், புலம்பெயர்ந்தவனின் வாழ்வைத் தீட்டும் குறும்படமாகவே கொள்ளலாம்.

கவிதைக்கு இலக்கணக் கட்டுப்பாடுகள் உண்டென்றாலும் கவிஞனுக்கு இலக்கணக் கட்டுப்பாடுகள் தேவையில்லை என்பதை, 'ஏதை', 'ஒரு நாளோ இரு நாளோ' என்ற வார்த்தைகளைப் பயன்படுத்துவதன் மூலம் ஆங்காங்கே இலக்கண மீறலையும் நிகழ்த்தியுள்ளார். புதுமைப்பித்தனின் கதையில் வரும் கடவுளே இலக்கணத்தை மீறும்போது ரவிசுப்பிரமணியன் மட்டும் விதிவிலக்கா என்ன?

சங்க காலத்திலிருந்து எழுதப்பட்டுவரும் கவிதையானது அவ்வக் காலங்களின் வரலாற்றுப் பதிவுகளாய் வாழ்வியலை எழுதிவந்துள்ள நிலையில் 'அருகிருக்கும் தனியன்' கவிதைத் தொகுப்பு சமகால வாழ்வியலின் அனைத்து அம்சங்களையும் அதனதன் நிலையில் பதிவுசெய்வதாக அமைகிறது. கவிதைக்குப் பொய் அழகு என்கிற அறியாமை நிலவும் சூழலில் உண்மையை, நிதர்சனத்தை, கவித்துவமாய் வெளிப்படுத்துகையில் எத்தனையோ அருகிருந்தாலும் ஆழ்ந்த தியானத்திற்கு இட்டுச்சென்று தனித்துணர வைக்கிறது. அத்தகைய தியான நிலையை இத்தொகுப்பு வழங்கும் என்ற நம்பிக்கையில் போதிவனம் வெளியீடாக இதைக் கொணர்வதில் மகிழ்கிறோம்.

கருணா பிரசாத்
போதிவனம்

நேர்மையையே சீருடையாய் அணிந்திருந்த
தமிழகக் காவல் துறையின்
முன்னாள் உளவுத்துறை ஏடிஜிபியும் நண்பருமான
சி. ஈஸ்வரமூர்த்தி ஐபிஎஸ்க்கு

ரவிசுப்பிரமணியன்

கும்பகோணத்தில் பிறந்த ரவிசுப்பிரமணியன் 1982 ஆம் ஆண்டிலிருந்து கவிதை, கட்டுரை, நாடகம், சிறுகதை என தொடர்ந்து எழுதி வருபவர். தன் இலக்கியப் படைப்புகளுக்காக, தமிழக அரசு பரிசு, திருப்பூர் தமிழ்ச் சங்க விருது, நியூ ஜெர்சி தமிழ்ச் சங்க விருது, சிற்பி இலக்கிய விருது, தி.க.சி. இயற்றமிழ் விருது, மா. அரங்கநாதன் வாழ்நாள் சாதனை இலக்கிய விருது, தஞ்சை ப்ரகாஷ் கவிதை விருது, ஆனந்தாஸ் எம்.பி. ராதாகிருஷ்ணன் கலை இலக்கிய விருது, படித்துறையின் தமிழிலக்கிய பேராளுமை விருது, எஸ். ஆர்.எம். பல்கலைக்கழகத்தின் பாரதியார் விருது போன்ற விருதுகளைப் பெற்றுள்ளார்.

தற்போது *'செம்புலம்'* பன்னாட்டுத் தமிழாராய்ச்சிக் காலாண்டிதழில் கௌரவ ஆசிரியராக, *'அம்ருதா'* நவீன கலை இலக்கிய சமூக மாத இதழின் ஆலோசனை குழு உறுப்பினராக இருந்துவரும் இவர், தொண்ணூறுகளில் கவிதைகளுக்காக வெளிவந்த *'மவ்னம்'* மற்றும் கலை இலக்கியத்திற்காக வெளி வந்த *'களம் புதிது'* போன்ற சிற்றிதழ்களில் உதவி ஆசிரியராகவும் பணியாற்றியவர். தஞ்சை தமிழ் பல்கலைக்கழகத்தின் மதிப்புறு இலக்கிய ஆளுமையாக பணியாற்றினார். சாகித்ய அகாடமியின் ஆலோசனைக் குழு உறுப்பினராக பங்களித்துள்ளார். இப்போது சில மத்திய மாநில அளவிலான மற்றும் தனியார் அமைப்புகளின் சில இலக்கிய விருதுகளின் நடுவர் குழுவிலும் அங்கம் வகிக்கிறார். இந்திரா பார்த்தசாரதி, மா. அரங்கநாதன், ஜெயகாந்தன், டி.என். ராமச்சந்திரன், திருலோக சீதாராம் போன்ற இலக்கிய

ஆளுமைகளைப் பற்றிய ஆவணப் படங்களை இயக்கியுள்ளார். அவற்றில் சில, அமெரிக்கா, கனடா மற்றும் இங்கிலாந்து நாடுகளின் கல்விப்புல அங்கீகாரம் பெற்றுள்ளன.

நாற்பது ஆண்டுகளுக்கும் மேலாக வானொலியில் நாடகக் கலைஞராக, நாடக எழுத்தாளராக பங்காற்றி வருகிறார். தமிழ் திரைப்பட எழுத்தாளர் சங்கம், தமிழ் திரைப்பட டப்பிங் சங்கம் போன்றவற்றில் உறுப்பினரான இவர், 'டு லெட்' திரைப்படத்தின் மூலம் நடிகராகவும் அறிமுகமாகி, தற்போது 'சக்தித் திருமகன்', திரைப்படம் உட்பட மேலும் சில படங்களில் நடித்து வருகிறார். மத்திய அரசின் தேசிய திரைப்பட விருதுகளின் தேர்வுக்குழு நடுவராகவும் இருந்த இவர், மனவளர்ச்சி குன்றிய குழந்தைகளுக்கான "தாமரை" என்ற குறும்படத்தையும் எழுதி, இயக்கி வெளியிட்டார். தற்சமயம் திரைப்பட இயக்குனர் கே. பாலச்சந்தர் மற்றும் இயக்குனர் பீம்சிங் ஆகியோரைப் பற்றிய ஆவணப் படங்களை இயக்கி வருகிறார். தமிழில் நூற்றுக்கும் மேற்பட்ட புதுக்கவிதைகளுக்கும் முப்பதுக்கும் மேற்பட்ட பழந்தமிழ்ப் பாடல்களுக்கும் மெட்டமைத்ததோடு அவற்றை இலக்கிய மேடைகளில் பாடியும் வருகிறார்.

தொடர்புக்கு:
+91 994 00 4 555 7
ravisubramaniyan@gmail.com

உள்ளடக்கம்

☐	கவிதையெனும் குணமாக்கும் மருந்து	17
1.	நாத அருள்	25
2.	வெண்கொக்கு	27
3.	நீ பூசிய திருநீறு	28
4.	நதி	30
5.	திரும்பல்	31
6.	இன்றி அமையாது உலகு	32
7.	எத்தனையாண்டு துரு இது	35
8.	வாசலுக்கு வந்தவர்	37
9.	ஸ்ருதி சேரட்டும்	38
10.	அன்புள்ள அஞ்ஞைக்கு	39
11.	நாள் என் செயும்	40
12.	மலைதானடா தெய்வம் மரமும் நீருமே கடவுள்	41
13.	உளம் பொதிந்து செய்	42
14.	அருகிருக்கும் தனியன்	43
15.	அவசரங்கள் அர்த்தமிழந்த காலம்	45
16.	கருணை செய் தேவி	47
17.	சமிக்ஞை விளக்கு	48
18.	மகிமை	50
19.	மனனம் செய்து செறி	52
20.	அவ்வளவுதான் எல்லாம்	53
21.	சுநாதத்தால் கிறக்கியவன்	55

22.	வெளி	56
23.	உறுத்தல்	57
24.	கலைஞன்	59
25.	ஒன்றுமில்லை ஒன்றுமில்லை	60
26.	கோரிக்கை	63
27.	எல்லா நாளும் ஞாயிறாய் இருந்த நாட்கள்	64
28.	துக்கித்துக் கிடந்த மௌனம் ஏக	66
29.	தாமத வருகை	67
30.	குடிநீரும் கிடைக்கவில்லை	69
31.	ஊழ்	71
32.	மலர்ச்சியின் நல்வரவு	72
33.	ஏன்	74
34.	நன்னயம்	76
35.	வீடடைந்திருந்த காலத்தில்	77
36.	ஈசான மூலையில்	79
37.	சாமக்கோடாங்கி	80
38.	திருநாமம் சொல்லி...	81
39.	பிரமை	83
40.	இப்படித்தான்...	85
41.	ஏகாந்த வெளியில் ஒளிரும் பொன் வழி	86
42.	அறிந்ததிலிருந்து	87
43.	கிவான்ஸ்வாங்கின் பயணக்குறிப்பிலிருந்த ஒர் உரையாடல்	88
44.	நிகழும்	91
45.	சிந்தைக் கிரணங்கள்	93
46.	பேரன்பின் பெருமிதம்	95
47.	ஞானம்	96
48.	வேண்டுதல்	97

49.	துயரின் மௌனத்தோடு...	99
50.	நிர்தாட்சண்யம்	101
51.	மலர்தலும் கூம்பலும்	102
52.	பயணி	104
53.	உப்பு பெறா லைக்குகள்	105
54.	அன்பின் குளிகை	106
55.	சொல்லும்படி வைத்தாய்	109
56.	விம்மும் வாதை	110
57.	வெள்ளைப் புறாக்கள்	111
58.	நான்காம் காட்சி என்னவாக இருக்கும்	112
59.	வார்த்தை தவறிவிட்டாய்	114
60.	திரிபு	115
61.	அபேதமெதற்கு	117
62.	ஒரு கணம் தவறாகி	118
63.	அருளாளர்க்கு அருள் ஏன்	119
64.	இடம்	120
65.	இளகிப் படர்ந்த நல்லொளி	122
66.	துணை	124
67.	பாஷாங்க இராகம்	126
68.	ஒரு	127
69.	ப்ரியத்தால் நெய்த துயர்	129
70.	தற்படம்	132
71.	எத்தனை காதமோ	133

கவிதையெனும் குணமாக்கும் மருந்து

அன்றாட அல்லல்களில் தொலைந்து, அமைதியின் நீர் நாடித் தவிதவிக்கும் வேர்களுக்கு, கலைகளே நீர்ச்சுனை. ஈரத்தின் குளுமையை வேர்கள் வாங்கியதும் கிளைகளில் துளிர்க்கும் பச்சையம். துளிர்த்த அவை காற்றில் ஆடும் களிநடமே ஏகாந்த ஆசுவாசம்.

மொழியின் வழியாகவே இலக்கியம் உருவானாலும் படைப்பாளிகளின் கலையாக்கங்கள் வெவ்வேறானவை. ஆளுமைக்கேற்பவும், அவர்களின் மதிப்பீடுகளை ஒட்டியும் அவை மாறுபடுகின்றன. ஒவ்வொரு கவியும் தனக்கானவொரு தனித்த கவிமொழியை கண்டுபிடிக்க வேண்டியிருக்கிறது. பல நுட்பமான பிரத்யேகப் பரிமாணங்களுடன் அதைப் பிரித்தெடுத்துக் கட்டமைக்க வேண்டியிருக்கிறது. அகங்காரத் தன்னிலை தகர்ந்து நெகிழ்கையில், உலுக்காமல் உதிரும் மலர்களாய் சொற்கள் அவன் கைகளில் வந்துவிழுகின்றன. அவற்றை அனுபவ நாரில் உணர்வு தோய கவனமாய்த் தொடுக்கையில், அது கவிதையாகிறது. அவையே இறுகிக் கிடப்பவற்றையெல்லாம் தளர்த்துகிறது. பின் சுத்த சுருதியோடு அக கானம் மீட்டப்பட 'கம்'மென்ற ஒரு சுகந்த சுகம் கமழ்கிறது.

இதை எழுதாமலிருக்க முடியாது என்ற நிலையில்தான், கவிஞன் எழுதிவிடுகிறான். இன்னும் சொன்னால், எழுதுகிறவனுக்கே இன்னதெனப் புரியாத ஒன்றைக்கூட அவன் எழுதிவிடுகிறான். ஒரு வகையில், கவிதையின் சூட்சும ரகசியமே அதுதான்.

இஞ்சிக்குடி மாரியப்பனின் நாகஸ்வர சங்கதியாக, அல்லது ஆதிமுலம் மற்றும் மருதுவின் கோட்டோவிய வீச்சாக, லக்ஷ்மி ராமசாமியின் நாட்டியத்தில் கணங்களில் மாறும் உடல் மொழி சேர்ந்த முகபாவமாக, கலைராணியின் அரங்க நிகழ்த்துதலாக,

அம்மிணி அத்தை வைக்கும் வற்றல் குழம்பின் ஒரு சொட்டு ருசியாக, இப்படி எதுவாக வேண்டுமானாலும் கவிதை இருக்கலாம். ஆனால், அது பெரும்பாலும் ஹிருதயத்தில் செருகிய கத்தியின் நுனிப் புள்ளியிலிருந்து குமிழ்ந்து பெருகும் ரத்தத் துளிகளைத் தொட்டே எழுதப்படுவதாக இருக்கிறது. இணை பிரியாதிருந்த கிரௌஞ்ச இணைகளில் சேவலைக் கொல்ல வேடன் எய்திய அம்புபட்டு குருதி கசிய தரையில் உருண்டு புரளும் வேதனையில் அரற்றிய, அந்தப் பேடையினது துயரம்தானே, வால்மீகியை ராமாயணம் எழுத வைத்தது.

1.
"இதோ இந்தக் கிளையிலிருந்து கீழிறங்கி
என்னைத் தேடி வந்திருக்கும்
பழுப்பு நிறக் குருவி நீதானா
தத்தித் தத்தி அருகில் வந்து
வழக்கம்போல் என்ன முனகுகிறாய் தாயே
இப்போதும் எனக்குப் புரியாமல்" - என்றும்

2.
"அதோ அவன் பாட்டுக்கு
தன் போக்கில் தலையாட்டியபடி
சோளப்பொறி சாப்பிட்டுக்கொண்டே
நடக்கிறான்

அதே சாலையோர மரத்தடியில்
ஆயிரம் கேள்விகளோடு
இவ்விரவில் காத்திருக்கிறேன்

சும்மாவா சொன்னான்
"அறிந்ததிலிருந்து விடுதலை"யென்று.

என்றும் நானெழுதிய இக்கவிதை வரிகள், வித வித ஞாபக வலிகளை உருமாற்றிக்கொண்ட கனிவுடன் ஏன் எழுதப்பட்டன.

பெரும்பாலும் தனது மற்றும் பிறரது வலியும், மகிழ்வும் எள்ளலும், அவமானமும், நிராகரிப்பும் இன்னபிற மறையா ஞாபகங்களுமே கவிதையாகின்றன. ஆகட்டுமே. ஒரு வகையில் ஒரு கட்டத்துக்குப் பிறகு வாழ்க்கையே வெறும் ஞாபகங்கள்

தானே. நிகழும்போதுதான் அவை வலி. கவலை. கடந்த பின், அதை சலனமற்று பார்க்கும் ஒரு பார்வையாளனாக சில சமயம் புன்னகைக்கிறவனாக, அல்லது வெட்கத்தில் முகம் மூடிக்கொள்ளுபவனாக காலம் நம்மை மாற்றிவிடுகிறது.

கையறு நிலையும் காதலும் எழுதப்பட வேண்டுமா என்றால் ஆம். உலகம் இருக்கும்வரை இருக்கும் உணர்வுகள் அவை. சங்கம் முதல், நமக்குப் பதிவானவை அவை. காலத்தில் கரைந்து போய்விடாத நிரந்தரம் அவை. ஆனால், அதை நாம் எப்படிக் கையாண்டு வெளிப்படுத்துகிறோம் என்கிற விதத்தில்தான் அது சிரஞ்சீவியாய் ஆவதும் ஆகாததும். பலவேளை அப்படி ஆகாமல் போனாலும்கூட, ஓர் உணர்வின் வெளிப்பாட்டை எண்ணமாக்கி, அந்த எண்ணத்திற்கு இதமான சொற்களுக்காய் தவிதவித்து, முடிவில் எதையோ ஒன்றை கண்டுகொண்டு, அவன் வெளிப்படுத்த முயல்கிற இந்த முயற்சிகள், பல மருத்துவர்களும் மருந்து மாத்திரைகளும் செய்துவிட முடியாத நிவாரணம். மடிகிடத்தி தலைகோதுமொரு ஆறுதல். கலை நிகழ்த்துகிற மாயமே இதுதானே.

சமகாலத்தில் காதலே இல்லாதபோது, இந்தக் காதல் கவிதைகளுக்கான தேவை என்ன என்ற கேள்வி இயல்பாய் எழலாம். அது உண்மைதான். நியாயம்தான். ஆனால் இன்று முற்றுமுழுக்க காதலே இல்லையென்று அப்படி அறுதியிட்டுச் சொல்லிவிட முடியாது. காற்றின்றி இருக்க இயலுமா என்ன? நேசம் இருக்கிறது; ஆனால், பரவசமில்லை. விட்டுத்தரல், மன்னித்தல், சரணாகதி ஏதுமில்லை. அதன் அர்த்த விஸ்தீரணமோ, அருமையோ தெரியாது, என்ன செய்கிறோமென்று புரியாது, மந்தித்துக் கிடக்கிறோம். பொருளாதாரமும் புகழும், சுயநல வேட்கையும், இன்ன பிறவும் மீதூறி அம்மிஅழுத்துவதால், அதன் உண்மைப் பொருள், பெரும் பாறையின் இடுக்கின்கீழ், சிறகிருந்தும் பயனிலா சின்னஞ்சிறு பூச்சியாய் ஜீவிக்கிறது. அதனாலேயே உணர்ச்சிவசப்பட்ட உச்சத்திற்கும், மேன்மை உணர்வுகளின் நிறமிழந்த பாதாளத்துக்கும் சென்று, அது நிலையிழந்து தவிக்கிறது. இரண்டாயிரத்து ஐநூறு ஆண்டுகளுக்கும் மேலாக இருந்துவரும் காதல், மனிதகுல இனவிருத்திக்கு ஆதாரமான காதல், எத்தனையெத்தனையோ மலர்ச்சிகளைத் தந்த காதல்,

எப்படி இல்லாது போகும்? இருக்கும், இருக்கிறது. மனித வாழ்வு சுழல்வதே அந்த அச்சில்தானே. அதை உணரமுடியாத் தலைமுறை வினோத கானல்நீர் மயக்கத்தில் இருக்கையில், காதல்கூடப் போலிதான், விற்பனைப் பொருள்தான். காதல் இல்லாதது போலத் தோன்றலாம். இருக்கிற ஒன்றில் ஏதோ சில குறைகள் இருப்பதாலேயே, அது இல்லாதிருப்பதுபோல நமக்குத் தோன்றுகிறது. ஒன்றுமே இல்லாத சூன்யத்தைப் பற்றி நமக்கென்ன தெரியும்.

தனி நபர்கள் மீது வைக்கப்பட்டுத் துவங்குகிற அன்பே, பின்னாளில் சமூகத்தின் மீதும், சுற்றுச்சூழல் மீதும், பிற உயிரினங்கள் மீதும் கொண்ட அன்பாய் பரிமாணம் கொள்கிறது. அதை உணர்தலே வாழ்வின் அகரம். மனிதகுலத்துக்கு இன்னும் சிராய்ப்புகள் கூடாமல் காக்கும் உராய்வு எண்ணெய் அது. எது நம்மை இடரின்றி வாழவைக்குமோ, எது புரிதலின் சிடுக்குகளை அவிழ்க்க நமக்கு உதவுமோ, அதை எழுதத்தானே வேண்டியிருக்கிறது. அதன் மூலம்தானே, மனித குலத்துக்கான விழுமியங்களையும் மேலெடுத்துச் செல்ல வேண்டியிருக்கிறது. இது தனி மனிதப் புலம்பல் என்றால், பாரதி பாடியிருப்பானா. பாடியவன் காதல் போயின் சாதல் என்று வெகு பரந்த பொருளில், உபஅடுக்கு அர்த்தங்களில் அதைச் சொல்ல வேண்டிய அவசியம் என்ன?!

தனி மனித உறவு மேம்படும்போதே, வீடு மேம்படும். அது தெருவாய், ஊராய், நாடாய், உலகாய்ப் பரவிப் பரிணமிக்கும். அன்பற்ற ஒரு மனிதன் எவ்விதம் நல்பிரஜையாக இருக்க இயலும். ஆக, இது வீட்டுக்குள்ளேயிருந்தே தொடங்குகிறது. தனி மனிதன் அகத்தை நுண் அளவில் சரி செய்தால், அது பேரளவில் மாற்றங்களை நிகழ்த்தாதா? இது ஏதோ போதனை போலத் தோன்றலாம். இன்றைக்கு நீதிக் கதையோ, நீதிக் கவிதையோ எழுத முடியாது. அதற்கான சூழல் இல்லை. ஆனாலும் நீதி என்ற ஒன்று இருக்கிறதே. முன்னே பின்னேயெனச் செல்வதற்கும் அல்லது அதைத் தாண்டுவதற்கும் அறமென்ற ஒரு பற்றுக்கோடு தேவைப்படுகிறதே.

நம் மண்ணிற்கு ஒவ்வாத பல திசைகளிலிருந்தும் தமக்கு சாதகமான அபிப்ராயங்களை உருவியெடுத்து, புதிய தத்துவ கொள்கை

மூலாம்பூசி அறிவிக்கும் அறிவுஜீவிகளுக்கோ, ஏற்கனவே இருந்த பகுத்தறிவை புதிதாகப் கண்டுபிடித்தவர்களுக்கோ, லலித கலைகளின் மெல்லுணர்வில்லாதவர்களுக்கோ கலையும் அறமும் தேவையற்றதாக இருக்கலாம். ஆனால், இங்கு கருத்தை வெளிப்படுத்தத் தெரியாத பாமரர்களிடமும் கலைகள் இருந்துகொண்டேதானிருக்கிறது. அறிவுலக அத்தாரிட்டிகளென நினைப்பவர்கள் சமூகத்தின் எண்பது விழுக்காட்டுக்குமேல் உள்ளவர்களின் இயல்பான நுண்ணுர்வையெல்லாம் அழித்து அவர்களை ஈரமற்ற கருத்துத் தொங்கிகளாக உருவாக்க ஏன் விரும்புகிறார்கள்.

முழு அர்த்த விஸ்தீரணம் புரியாமல் வழிபாட்டுத் தலங்களே வேண்டாம், அதை பீரங்கிவைத்துப் பிளக்க வேண்டுமென பேசியதால்தானே, கண்ணுக்கு முன்பே இவ்வளவு கலை விக்ரஹ பொக்கிஷங்கள் நாசமாயின. அதன் மேன்மையும், கலாச்சாரமும், வரலாறும் புரிந்தவன்களுக்கு மில்லியன் மில்லியன் லாபங்களுக்காகக் கடத்தப்பட்டன; விற்கப்பட்டன. பொதுச் சொத்துக்கள் எவ்வித சிறு குற்ற உணர்வுமின்றி இன்றும் சூறையாடப்படுகின்றன; கொள்ளையடிக்கப்படுகின்றன. கடவுள் இருக்கலாம். இல்லாமலும் இருக்கலாம். நம் நம்பிக்கைகள் முரண்படலாம். ஆனால், கலையோ, கவிதையோ, பக்தியோ, ஆன்மீகமோ, லௌகீக லாபங்களுக்கானதில்லை. அவை வணிகப் பொருட்களும் அல்ல. ஒரு வகையில் அவையெல்லாம் குற்ற உணர்ச்சியை உருவாக்கி லேசாக மனசாட்சியை அசைக்கும் மனித குலத்துக்கான அறத்தின் கோடு. கண்ணுக்குத் தெரியா அந்தக் கோட்டை நீங்கள் அவ்வளவு அலட்சியமாக அழித்துவிட முடியாது.

நம் உலகத்தில் நாம் மட்டுமேயில்லை. நம் குடும்பத்தையும், நம்மைச் சார்ந்த பிறரையும் முதலில் நிம்மதியாக வாழவிடுதலே முதன்மை அறம். எந்த நியாயமான கேள்வியையும் விரும்பாத காலம், நீதியை எழுதவிடாது கையை கட்டுகிறது. எனினும் நீதி காலம்தோறும் தேவைப்படத்தானே செய்கிறது. அதனால்தானே பலப்பல மொழிகளிலும் இன்னும் ஆண்டாண்டு காலமாய்த் திருக்குறள் ஜீவிக்கிறது. அந்த அறவேட்கையால்தானே, அத்தனை உயரத்தில் அவரை, குமரிக்கடலில் நெட்டநெடுக்க அடையாளமாய் நிற்க வைத்திருக்கிறோம். குறளை எழுதியவன்

சிலையை அவ்வளவு உயரத்தில் நிற்க வைத்துவிட்டு, குறளின் சாரத்தையெல்லாம் கடலின் ஆழத்தில் போட்டுவிட்ட கசடர்கள் நாம். இன்னும் இப்படி எத்தனை எத்தனையோ. ஐம்பது வருடங்கள் ஒரே இடத்தில் ஒரே குடும்பத்தில் வாழ்ந்து ஒன்றாய்ப் பழகியவன்கூட, திடுமென ஒரு நாள் எந்தத் தயக்கமுமில்லாமல் குடிக்கும் பானத்தில் விஷத்தைக் கலந்துவிடுகிறானே... ஏன்? எது அவனது கைகளை அப்படி நீளவைக்கிறது? அன்றாடம் நடக்கும் விஷயங்களுக்கு மத்தியில், நித்திய தேவையுடையதாகத்தானே இருக்கிறது அறம். நாமே நம் கேடுபாடுகளால் நீதியைத் தொலைத்துவிட்டு அதை நீதிமன்றங்களில் கேட்டுக் காத்துக் கிடக்கிறோம்.

மிகமிக அகச்சிக்கல்களில் உழல்கிறது உலகம். ஜாதி, மதம், பொருளாதாரம், நிர்வாகம் எல்லாவற்றையும் கோணல் பார்வையில் பார்க்கிறோம். எதன் மீதும் நமக்கு நன்மதிப்பு இல்லை. கிண்டல், கேலி, நக்கல், நையாண்டி போன்றவற்றிற்கு எதுவொன்றும் விலக்கில்லை. பாப்லோ நெருடாவைப் போலவோ, பாரதியைப் போலவோ இன்றைய கவிகள் எழுத முடியாது. இலங்கையில் சில ஆண்டுகள் முன்வரை நடந்தது போன்ற ஒரு வெளிப்படையான போர்ச் சூழல் இங்கில்லை. கிட்டத்தட்ட அதற்கிணையாக இங்கிருக்கும் வலிகளை நாம் உணராதிருக்கும் வகையில் சிந்தனைக் காயடிக்கப்பட்டிருக்கிறோம். அபத்திர தன்மை, பறிபோகும் வளங்கள் பற்றிய பிரக்ஞை இல்லாததால், திகில் இல்லை. கேள்வி இல்லை. எதிர்ப்பு இல்லை. கோஷமில்லை. போராட்டமில்லை. புரட்சியில்லை. நம்மில் பெரும்பாலோர் நம்மைச் சுற்றி என்ன நடக்கிறதென்ற சுரணையற்ற ஆக்கப்பூர்வ சிந்தனையற்ற வெற்று மின்னணு அடிமைகளாக, விதவித போதை மனிதர்களாக ஆகிப்போனோம். நமக்கானவர்களென்று சொல்லிக்கொண்டே, நம்மவர்களே நம் மீது நிகழ்த்தும் மறைமுகப் போர் பற்றி நாம் உணரவேயில்லை. நம் பலத்தை மரபார்ந்த சம்பத்துகளை, இனத்தை பலவீனமாக்கும் கண்ணுக்குத் தெரியாத இந்த போர் நம் புலன்களை எட்டவே இல்லை. எதனால் பாதிக்கப்பட்டோமென நுணுகி அறியாமல், விளைவுகளை மட்டுமே எண்ணிப் புலம்புகிற இந்த விசித்திர சூழலில்தான், நவீன கவிதைகள் பெரும்பாலும் தனிமனித அவசங்களை மிகமிக நுண்ணளவில் முன்வைக்கின்றன. இதுபோன்ற பின்னணிகளை

கணக்கில்கொள்ளாமல் இவற்றை வெறும் தனிமனிதப் புலம்பல்களாய், கையறு நிலையின் வெளிப்பாடாய், ஏதோ ஒன்றிற்காக ஏங்கும் தன்மையினதாய் தட்டையாய்ப் பார்க்க முடியாது. அரசியல், சமூக, கலாச்சார, வரலாற்று காரணிகளும், விஞ்ஞான கண்டுபிடிப்புகளும், சுற்றுச்சூழல் மாற்றங்களும், தனிமனித போக்குகளும், மனமேன்மையும் விகாரங்களும், ஒன்றுக்கொன்று தொடர்புடையவை. அவை எல்லாமும் நமது கலைகளிலும் ஏதோ ஒருவிதமாய் பிரதிபலிக்கவே செய்யும்.

என்னைப் பொறுத்தவரை கவிதைகளின் வழியே நான் எழுப்ப விரும்புவது ஒரு மென்மையான, அதி சப்தம் தொனிக்காத, ஒரு செறுமலின் பகிர்தல். நிராகரிப்பின் வலி, கையறுநிலை, அந்தகாரத் தனிமை, இசைமையின் மெல்லதிர்வு இப்படிச் சில... இவற்றின் மூலம் இன்னும் பல. பெரும்பாலும் அமைதியின்மையை என் கவிதைகள் பேசினாலும், வாசகனின் அமைதியை அவை குலைப்பதில்லை. இருப்பின் வலிகளுக்கு மத்தியில், அவனது அமைதியைத் தேடும் முயற்சிகளுக்கு உதவியாய் உடன் செல்லவே விரும்புகிறது. அவன் வலியின் ஏதோ ஒரு முனையினை அல்லது முனகலைத் தொட்டு, அவனின் தன்னுணர்வை சமூக மற்றும் சூழல் பிரக்ஞையை மீட்டிக்கொள்ளவைத்து, இன்னும் அவனைச் சிநேக ஆதுரமாய் அணைத்துக்கொள்ளவே அவாவுகிறது.

பொதுவாய் எந்த நிலையிலுள்ள வாசகனுக்கும் பக்குவமான மொழியில் சொல்லவே யத்தனிக்கிறேன். பலவிதமாய் சர்வாங்கமும் அலங்கரிக்கப்பட்ட பட்டத்து யானையிடம் இல்லாத கம்பீரம், ஒரு எளிய பசுவிடம் குடிகொண்டு துலங்கிவிடுவதில்லையா... அப்படி எளிய உள்ளீடும் மொழியும்கொண்ட அகப் பாடல்களின் வழியாக சில உணர்வுகளை வாசகனுக்குக் கடத்த முயல்கிறேன். பெரும்பாலும் அவை அவனுக்கு வேறொன்றாகத் தோற்றம் காட்டியிருக்கின்றன. நான் காணாத சூட்சும அர்த்தபாவங்களை வேறுவேறாய் அவர்கள் பொருத்திப் பார்த்துப் பகிர்கையில் உவகை மேலிடத்தான் செய்கிறது.

அகம் குறித்தே பேசுவதால் அவ்வகைக் கவிதைகளை மட்டுமே நான் எழுதிக்கொண்டிருக்கவில்லை. சமூகம், இசை, தத்துவம்,

கொரோனாவின் வாதை போன்றவற்றையும் இன்னபிற வினோத உள்ளடக்கங்களையும் எழுதிக்கொண்டுதானிருக்கிறேன். ஆனால், பக்தியையும் காதலையும் கோவில் பின்னணியில் புனைகிறேன். என் பல கவிதைகளில் அதுவே அவற்றிற்கு நான் வழங்கும் தனி யதாஸ்தானம். அந்த முகிழ்த்தலில் ஆன்மீகம் நோக்கி மனம் பயணப்படத் துவங்கியுள்ளதென்பதற்கான தடயங்களை எனது சமீபகால கவிதைகளின் வழி காண்கிறேன். ஒன்றின் மூலம் இன்னொரு நல்விளைவுக்கு அழைத்துச் செல்வதுதானே, இலக்கியம் வாழ்வில் ஊடுருவியதற்கான சாட்சியாக இருக்க முடியும்.

11.02.2025, செவ்வாய்,   ரவிசுப்பிரமணியன்
சென்னை - 10.

நாத அருள்

உச்சிக் கால வேளையில்
நசநசக்கும் நபர்கள் குறைந்து
சற்றே வெறிச்சிட்டிருந்தது பிரகாரம்

நோக்கமற்று ஆகாயம் பார்க்க
சடசடத்தன புறாக்கள்

கற்சாளரம் உள்நுழைந்து
நெளிந்தும் மறைந்தும்
மினுக்கிற்று வெய்யில்

பிரகாரப்படியில் அமர்ந்திருந்தவன் காதில்
சட்டென மின்னிச் சிமிட்டி
கிண்ணென்று அதிர்ந்ததந்த
இந்தளப் பண்திரள்
மூடிய விழிகளுடன்
சீவாளி வழிசெல்லும் நாபிக்கமலக் காற்று
சகலர்க்குமான மாய ஸ்வரங்களாகி
வலியின் தீற்றலும் சொஸ்த ஒத்தடமுமாய்

திடீரெனப் பூத்த மத்தாப்புப் பொறிகளென
ப்ருகாக்கள்

நினைவுகளில் பாரித்த நீல இழைகள்
வீர்யமிழப்பதைப்
புலனுற்றவாறே இருக்கையில்
ஆலாபனை நிலைக்கு வந்து
கீழ் ஸ்தாயி மெல்லொலியின் ஓர்மை லயிப்பில்
வசமிழந்தது எல்லாம்

நாதமடங்கிய
தியான அமைதி

மெல்லெனவே இமை திறந்தால்
தாங்கொணா புற ஒளிக் கூச்சல்.

வெண்கொக்கு

நேற்று நின் திருத்தலம் வந்திருந்தேன்
நகரமும் கிராமமுமில்லா
அந்த ஊரே நீதான் எனக்கு

விடுதியறையின் ஜன்னல் வழி தெரிந்த
முது அரச மரம்

இரு வியாபார வித்யாசமாக
வாடிக்கையாளருக்கு
சிறு சிறு பூக்கட்டுகளோடும்
செல்லும் பால்காரர்

புலரிக்குப் பொன்வேயும்
ஆதித்தன்

இப்படி எல்லாம் பார்த்திருக்க
எங்கோ கோவிலிலிருந்து வரும்
ஓர் நன்னம்பிக்கை வாசகமும்
காதில் விழுந்தது

தூரத்திலிருந்த குட்டைக்குமேல்
தாழப் பறந்து
தரை சேர்ந்து
ஈரச்சேற்றில்
தன் இளஞ்சிவப்பு நீள்கால்களின் மென்நடையால்
நம் வாழ்வின் இன்னொரு நன்னாளை எழுதிவிட்டு
கணத்தில் அவ்வெளியை வெறுமையாக்கி மறைந்த
அந்த வெண்கொக்கு வந்து பறந்ததும்
நேற்றுதான்.

நீ பூசிய திருநீறு

அலைக்கழியும் வாழ்வில்
மறுபடியும் குடிபெயர்ந்து
நெடுந்தொலைவு வந்திருக்கிறேன்

எத்தனை வீடுகள் மாறி என்ன
அகம் பகிர நாதியில்லை

முன் வைத்த காலை
பின் எடுத்திருக்கலாம்தான்

வெறுத்து
உருத்திராட்சம்
உருட்டிக்கொண்டிருந்திருக்கலாம்தான்

இவ்வளவுக்கும் பின்
இனி யோசிக்க என்ன இருக்கிறது

வந்திருக்கும் புது வீட்டின் எதிரிலிருக்கும்
இச்சின்னஞ்சிறு வனப்பூங்கா
ஓர் ஆசீர்வாதம்

வியர்த்துத் திரும்பும்போதெல்லாம்
ஆசுவாசப்படுத்தும் வாசம் கலந்த காற்று
சகலமும் மன்னிக்கும் அஞ்ஞையாய்
மடிகிடத்த நீளும் இருக்கைகள்

அது ஏன் மௌவை
எனைமட்டும் நடுவயதின் முட்டுச்சந்தில்
நிறுத்திப்போனாய்

கேவல்கள் ததும்பும் நீர்த்தொட்டி
அங்கே சப்தத்தோடு சொட்டுகிறது

இதோ இந்தக் கிளையிலிருந்து கீழிறங்கி
என்னைத் தேடி வந்திருக்கும்
பழுப்பு நிறக் குருவி நீதானா
தத்தித் தத்தி அருகில் வந்து
வழக்கம்போல் என்ன முனகுகிறாய் தாயே
இப்போதும் எனக்குப் புரியாமல்.

நதி

எப்படி
நிரம்புகிறதெனத் தெரியவில்லை
அவ்வெளி

நீள் ஆற்றின்
நெடுந்தொலைவின் பாலையில்
அப்படி மிதந்தலைகிறது
கானல் நீர்

திரும்பல்

யாருமில்லா
வீட்டுக் கொல்லையில்
பாண்டிக் கட்டம் போட்டு
நைட்டியை வேட்டிபோல் மடித்துக் கட்டி
சரியாய்ச் சில்லு வீசி
ஒற்றைக் கால் தூக்கி குதித்துத்
தாண்டிக் கடக்கிறாள்
ஒவ்வொரு வயதையும்
முப்பதுக்குப் பிறகும்
இரு பேற்றுக்குப் பின்னும்

பரவத் தொடங்குகிறது
பால்யகால கமர்கெட்டின் தித்திப்பு

குழந்தைமை துலங்க
இயல்பாய் அரும்பிய குறுஞ்சிரிப்பு
அவளது துயர மலையையே
தூக்கி எறிந்துவிட்டது
அவளின் தன்னந்தனி ஆட்டம் பார்த்து
அருகிருந்த புங்கை மரம்
மலர்களை உதிர்த்துச் சிரித்துக்கொண்டிருந்தது

யாரோ அழுத்தும்
அழைப்பு மணியின் சப்தம் கேட்ட வினாடி
பாண்டிக் கட்டத்தைச் சுருட்டித் தூர எறிந்துவிட்டு
அவசர அவசரமாய் சிகை ஒழுங்குசெய்து
நெற்றிப்பொட்டைச் சரிபார்த்து
முகம் துடைத்த மஞ்சள் வாசத் துண்டை
தோளில் போட்டுக்கொண்டபடி
பவ்யமாய் விரைகிறாள் வாசலுக்கு.

இன்றி அமையாது உலகு

சங்கத்தில்
காப்பியக் காவியங்களில் சுழித்தோடி
முதிர்ந்த தென்னங்குலைகள்
பழுத்துச்சரிந்த வாழைகள்
தித்திப்பால் திகட்டும் பலாக்கனிகள்
வண்டு குடையும் மாம்பழங்கள்
நாணிக் குனிந்த நெற்கதிர்களென
எல்லாம் விளைத்த நதிகளைக் காணவில்லை

இடி முழக்கம் இசையாகி
பெருமழை பெய்கின்ற
கூதிர்க்கால இரவுகளில் குளித்து
புலரியில் பூத்து வரவேற்கும்
மரமல்லி நாகலிங்க
வேங்கை புங்கையெல்லாம் போனதெங்கே

முன்பனி நீங்கி
இளவேனில் நுழைந்து
புதுப்பூக்கள் பூத்திருக்க
பாணன் பாட
விறலி ஆடி வர
ஏற்றப்பாட்டு முடிந்த பின்பு
ஆனைகட்டிப் போரடித்த காலத்தின் விளைச்சலெல்லாம்
வெறுங்கதையாய்ப் போனதுவோ

பொய்யாய்ப் போன
மருத நிலப்பொய்கைகளால்
செழும்கழுநீர் மலரெல்லாம்

கருங்கழுநீரான சோகத்தைப் பாட
புன்னை வனக் குயில்களுக்கும் மரமில்லை

மழையின்றி மண் வறள
வெக்கையினால் நிலம் வெடிக்க
நீரின்றி உயிர்கள் வாட
ஆம்பல் இலை கிழித்து
குவளை மலர் கடித்து மேய்ந்து
ஈர வண்டலொடு கரை வந்து அசைபோடும்
ஆவினங்கள் ஏங்க
மலர்களும் கனிகளுமின்றி
வண்டினங்கள் திரிய
சூழல் துடிதுடிக்கும் காலமிது கண்முன்னே

மலைமலையாய்
நெல் குவித்துப் போரடித்த நிலப்பரப்பு
பாலை என்றதோர் படிவம் கொண்டதோ

புனலாடித் திரும்பிவந்து
பூக்கள் இறைந்திருக்கும் கரைகளின் காற்றில்
சிகையாற்றும் காலங்கள் வாராதோ

பதினெட்டாம் பெருக்கினிலும்
காணும் பொங்கலிலும்
நீர்த்தலம் வணங்கிய இனத்தின்
காலடிச்சுவடுகள் நிறைந்த இடமெல்லாம்
நீரற்ற பெருவெளியாய்
லாரிகளும் புல்டோசர்களும் அணிவகுக்க

இயற்கையோடு இயைந்திருந்த நிலை மறந்த மூடர்கள்
முறைவைத்துத் தின்றனர் மணலை

கரையெல்லாம் காய்ந்து கருக
நதிகள் கொன்று
குல நாசம் செய்த கயவர்களின் வழித்தோன்றல் பெயரெல்லாம்
நதியின் பெயர்கள்

நதிக்கும் நாதியில்லை
நதிக்கரையில் மிஞ்சிய நலிந்தார்க்கும் யாருமில்லை
தனிமையும் வெம்மையும் சேர்ந்து தகிக்க
கானலாய் அலைகிறதொரு நிர்க்கதி

வளமெல்லாம் முறுக்கி முறித்து
ஆற்றையே சுருட்டிக் கக்கத்தில் வைத்தபடி
பட்டப் பகலில் திமிராய் நடக்கும்
அதிகார மமதைகளுக்கு அருள் பாலித்து
உழைப்பின் பாடலைப்பாடி
கஞ்சிகுடிக்கும் எமக்கு மட்டும்
மழை வாரா வானத்தைக் கையளித்த
ஐயாறப்பரே ஐயாறப்பரே
நீரும் ஏன் எம்மைக் கைவிட்டீர்
நீரும் ஏன் எம்மைக் கைவிட்டீர்.

---

* காவிரி, குடமுருட்டி, வெண்ணாறு, வெட்டாறு, வடவாறு என ஐந்து ஆறுகள் அருகிருக்கும் திருவையாற்றில் எழுந்தருளியுள்ள சிவ பெருமானின் பெயர் ஐயாறப்பர்.

எத்தனையாண்டு துரு இது

வீர்யமேறிய விடத்தை
உறிஞ்சித் துப்பிய பின்னும்
மூலையில் குந்தி ஏன்
முழங்கால்களில் முகம் புதைக்கிறாய்

பாறையிடுக்குகளில் கசிகிறது கரிசனம்
ஆடாய் மடி கிடத்தி உண்ணி எடுக்கிறது பரிவு
குறுஞ்செய்திகளால் சதா அன்பை நெய்கிறது
உனக்கேயான ஜீவன்

ஊழ்வினைகளால்
நலிவுற்ற காலம் போனதென
சமனம்கொள்

அரவணைக்கும் சொற்தெம்பில்
ஆறுதல் துடுப்பு வீசி
நீள் கடல் கட

காமத்துக்கப்பால்
சுரக்குமன்பைப் பிரித்தறிந்து
வெடித்த உதடுகள் குவித்து
தேனெனப் பருகு

ஈர உடுப்போடு அகலேற்றி
மல்க நின்ற பிரார்த்தனை முனகல்களுக்கு
உச்சாடன ஒலிகளோடு
அதோ அங்கே தீபாராதனை பார்
கூடவே நாகஸ்வரத்தில்
கம்பீர நாட்டை கேட்கிறது

வா
நல்சகுனம்தான்
வெளியே வா
இந்தப் பூம்பட்டுப் பூச்சிகள் ஊறும்
பசும் புல்வெளி நினதே
வா.

வாசலுக்கு வந்தவர்

சாலையின்
சமிக்ஞை விளக்குக்குக் காத்திருக்கும் ஐஜி
மகிழுந்தின் கண்ணாடியை இறக்கி
தொப்பியைக் கழற்றி
பேருந்து நிறுத்தத்தில் பள்ளிக்குக் காத்திருக்கும்
நாலு வயதுச் சிறுமியிடம்
வழுக்கைத் தலை தெரிய
'குட்மார்னிங் மேடம்' என்கிறார்
புன்னகைப் பணிவாய்

நடைப்பயிற்சி செல்லும் பலரில்
அந்த மருத்துவரை மட்டும் தேடி வந்து
அவர் கையை நக்கித் தருகிறதொரு பசு

வயதில் கனிந்த
ஏழை மூதாட்டியின் வீடு சென்று
பக்திக் காவியத்தைத் தினம் படித்துக்காட்டுகிறார்
பேராசிரியர்

புறாக்களுக்காக வேறெங்கும் செல்லாமல்
மொட்டை மாடியில்
தானியத்தை இறைக்கிறார்
தலைமைச் செயலக ஊழியர்

செருப்புகளோடு
அதிகாரத்தையும் கழற்றி வாசலில் விட்டுவிட்டு
கோரிக்கையேதுமின்றி மனிதர்கள் வருகையில்
இடுப்பில் துண்டைக் கட்டி வணங்கியபடி
எதிர்கொண்டழைக்க வருகிறான்
ஆண்டவனும்.

ஸ்ருதி சேரட்டும்

இன்னுமந்த ஆறாக் காயத்தோடேதான்
இம்மலை வந்து சேர்ந்தேன்

எத்தனை துயர் இருப்பினும்
காற்று பிய்த்தெடுக்கப் பேயாய் வீசினும்
புலர்ந்த பின்னும் விடத் தவித்து அதன் முகடுகளை
அப் பனி அப்படிக் கவிந்து அணைத்துக்கிடக்கிறது

அந்நாளின் வருத்தங்களை
ஊடறுபட்ட நம்பிக்கைகளை
நிரந்தரித்த ஏமாற்றத்தைச்
சொற்களற்று இசைக்க
இன்னும் ஸ்ருதி சேராத் தந்திகளை
மாற்றிமாற்றிக் காதுகொடுத்துச் சேர்க்கிறேன்

சேர்ந்ததும் இசைப்பேன்
உருக்கான உறுதியோடு

குழைந்து மடிந்து கசியும்
என் வார்த்தைகளற்ற வாசிப்பை
பனி படர்ந்த லயிப்பில் கண்மூடிக்கிடக்கும்
அம்மலை அறியும்
வேர்பிடித்த அம்மண் அறியும்.

அன்புள்ள அஞ்ஜைக்கு

ஆதி நாள் முதலே இப்படித்தானா என்று என்
சிதைவுற்ற பால்யத்தைத் திரும்பிப் பார்க்கிறேன்

செய்யாத் தவறுகளுக்காய்
வாசலில் செழித்த பூவரசினடியில் மண்டியிட்டு
எத்தனை தண்டனைகள் தாங்கியிருப்பேன்

ஆதார உறவே அனாதரவானதால்
திசை தெரியா இருளில்
எவ்வளவு நாள் தேம்பித் திரிந்திருப்பேன்

செவ்வரி விழிகள் கசிய
கோணிய முகத்துடன்
மூக்கொழுகிக் கேவிய காலங்கள்
நிழலாடுகின்றன
ஆனாலுமென்ன
முகை அவிழும் முன்னான வயதுகளை
துயரத்தின் கானங்களாக்கித் தந்த தாயே
உன்னை வணங்குகிறேன்

கலையின் ஆசி சித்தித்ததெல்லாம்
நீ தந்த வெம்மையால் நிகழ்ந்ததல்லவா

தந்ததெல்லாம் சேமித்து
கலங்கி வதைபட்டபின்தானே
கலைஞனானேன்

கருணையற்றதையும்
காருண்ய ரசவாதமாய்க்கொள்ள வைத்து
ரணங்களில் ஒளிர்ந்து மிளிரும் இக்கலையை
வேறு யார் எனக்குத் தந்திருக்க முடியும் சொல்.

நாள் என் செயும்

பிளாக் செய்ய முடியாதவர்கள்
ஏற்கெனவே குறுந்தகவலில்
சந்திக்க நேரம் கேட்டிருந்தனர்

எவரையும் தவிர்க்க விரும்பவில்லை
சாத்தியமும் இல்லை

வாருங்கள் மிஸ்டர் துயரேயென
அந்தக் கடைசித் திருவாளரையும்
வரவேற்றேன்

கதர் வேட்டி சட்டையில்
கூப்பிய கரத்துடன் வந்தார்

விதவிதமாய் வந்திருந்தவர்கள்
இருந்த வரிசையில் சென்று
அமர்ந்துகொண்டார்
ஒருவருக்கொருவர்
பேசிக்கொண்டனர்

திரண்ட திவலைகளைக்
துடைத்துக்கொண்டு
கரகரத்த குரலைத் திருத்தமாக்கி
கோட்டுப் போட்டு வந்திருந்த அந்த முதல் துயரை
உள்ளே வாருங்களென அழைத்து
கம்பீரமாகவே சந்திப்பைத் தொடங்கினேன்
வரிசைக்கிரமமாக
எந்தத் துயரத்தின்
காலையும் கட்டி அழ விரும்பாமல்.

மலைதானடா தெய்வம்
மரமும் நீருமே கடவுள்

குன்றிருக்கும் இடமெல்லாம்
குடிகொண்டான் யாருமில்லையென மறுத்துவிட்டு
மலைக்கும் மண்ணுக்கும் இறைத்தல்
அஃறிணைகளுக்கு மட்டும் இறைத்தலல்ல
உனக்கு
வீட்டுக்கு
சந்ததிக்கு
நாட்டுக்கு
உலகிற்கும்
சேர்த்திறைக்கும் எள்.

உளம் பொதிந்து செய்

திறக்கப்படாது புழுதி மண்டிய வனமாளிகை
நினதல்லவா
அடைகாத்த காலமெல்லாம் போதாமல்
தயக்கக் காரணங்கள் சொல்லி
அந்தரத்தை நோக்கி வெறித்தபடி
இன்னுமா மோனத்தில்
நல்நிமித்தத்துக்காய்க் காத்திருக்கிறாய்

உதறியதெல்லாம் தெரிந்த பின்னும்
தடுமாற என்ன இருக்கிறது

எவ்வளவு பிழைகள் பொறுத்து
எனக்கு நானே சமனம் கொள்வேன்

குழப்பத்தின் சாத்தான்களை விரட்ட
மந்திரச் செய்யுள் அருளிய பின்னுமேன்
போலித் துயில் கலைய மறுக்கிறாய்

காம்போடு கூம்பியதைப் பார்த்து
சொற்ப நீரில் ஒற்றைக் காலூன்றி
எத்தனை நாள் காத்திருக்கும் அந் நாரை

அலங்கோல நாட்களின் நீட்சிக்கா
இவ்வளவும்

இன்றும்
நீயிருக்கும் மலை வனத்தை
அண்ணாந்து நோக்கியவாறு
அடிவாரத்தில் அது நின்றுகொண்டேயிருக்கிறது பார்.

அருகிருக்கும் தனியன்

நாகஸ்வரக் கலைஞனின்
வீட்டை உதறிய மகன்
நடு வயதுப் பரதேசி

கோயிலே
வாழ்வு

கௌபீனமும் அரை வேட்டியுமே
இடையாடை

மேல் துண்டே
சட்டை

சத்திரமே
படுக்கை
பொதுக்கிணற்றில்
குளியல்

மந்தார இலைப் பிரசாதமும்
இசையுமே உணவு

பாடகி பாடப் பாட
கருத்து கணக்கு
அழகு உரையாடல்
அறியாமை தீர்மானமென
மாயச்சுழல் லௌகீகத்தால்
ஏகமாய் நிறைந்த அர்த்தமின்மைகள்
கண் திறந்து தலையாட்டித் தாளமிடும் வேளையில்
மூலையோரம்

முகவெளியில் துயில்மேவும் பாவனையில் ஆழ்ந்து
அலைக்கழிபவனுக்குள் நுழைகிறது கானம்

வெக்கைக்குப் பின்னான இரவின் மழையில்
தலையாட்டுகின்றன தளிர்கள்

தேங்கு கனம் விலக
அனாந்திரப் பாதை திறந்து
அவன் நாசியை ஸ்பரிசிக்கிறது
அருகியதொரு ராக வாசனை

குரலும் கீதமும் தாண்டிய உணர்தலில்
துயருரு கரைய
பெருகி வழிகிறது கண்ணீர்

அவனுக்காகப் பாடுவதாகவே உணர்கிறான்
நிகழும் கானமும் அவனும் ஒன்றாக
காலியான பாத்திரத்தில்
சற்றும் எதிர்பாரா வேளையில்
ஸ்வராட்சர அமுதத் துளிகள் விழ
'அய்யோ'வென்கிறான் தாளாமல்.

அவசரங்கள் அர்த்தமிழந்த காலம்

கடிகாரப் பிரக்ஞையில்லா நாளொன்றில்
மெதுவாய் அடியெடுத்துக் கீழிறங்கியது
ஊரடங்கு மாதங்களின்
ஓர் நாள் என்றொரு
மீன் துண்டைக் கவ்வியபடி

பம்மிப் பம்மிப் பதுங்கும் அவசியமோ
வெருண்டு பாயும் நிர்பந்தங்களோ ஏதுமில்லை

கவ்வியிருந்த நாளைக் கீழே போட்டது
முழுதாய் வாய் திறந்து சாவதானமாய் மூடியது
முன்னங் கால்களை நீட்டி
பின்னுக்கு உடலிழுத்து மடக்கியது

சுவரோர மெல்லிய
கைப்பிடிக்குத் தவ்வி ஏறியொரு நடை

பின் நிதானமாய்க் கீழே குதித்து
அசைவற்றுக் கிடக்கும் அந்நாளை
ஒரு காலால் எட்டித் தட்டுகிறது
பயப் பதற்றமோ
முன்னும் பின்னுமாக ஓடவோ
மேலும் கீழும் பார்க்கவோ விதிர்க்கவோ
நேரவில்லை

யாரும் அண்டா அந்நாளைக் கடித்து
அதன் செதில்கள் சிதறத் தலையாட்டியும்
சுவர் உரசியும்
கீழே போட்டும்
ஏறியும் இறங்கியும்

அது விளையாடிக்கொண்டேயிருப்பதை நானுமிப்படி பார்க்கக் கூடுமென நினைத்திருக்கவேயில்லை.

கருணை செய் தேவி

கோரிக்கையேதுமற்று
அத்தனை நாள் நோன்பிருந்து
பாறைகளைப் பற்றி ஏறி மூச்சிரைத்து
வியர்வை வழிய வந்ததெல்லாம்
நினைக் காணத்தானே

தரிசனத்துக்கென வந்ததை
அப்படி இழுத்துத் தள்ளிச் சரித்தது சரியா

அப்போதும்
எல்லாம் என் கர்மவினையென்ற புலம்பலுடன்
உதிரம் துடைத்து
சிராய்ப்புகள் ஊதி
மறுபடியுமந்தப் பாறைகள் பற்றியது
மேலேறி வருகிறது பார்.

சமிக்ஞை விளக்கு

இடைவெளியற்று ஓயாது புகை கக்கி
ஒலிகள் அதிர
வாகனங்கள் விரையும் சாலைகளைப் பார்த்து
நெடுநாளாகியிருந்தது
தூசியோடு அமைதியும் கிடந்தது படிந்து

லோயர் மிடில் கிளாஸ்
பிச்சைக்கு அஞ்சி
அடகுக்கும் கடனுக்கும்
இலவசத்துக்குமென நகர்ந்துகொண்டிருந்தது

கைவிடப்பட்டவர்களை
உலகுக்கு வெளியே
நெட்டித்தள்ளிக்கொண்டிருந்தது
அக்காலம்

யாருமற்ற வீதியில்
கர்ம சிரத்தையாய்க் கடமையாற்றிய
சமிக்ஞை விளக்குக் கம்பத்தை
பசியால் சோர்ந்த நாயொன்று
தன் தளர்ந்த ஒற்றைக்கால் தூக்கி நனைத்து
கேலி செய்ததைப் பார்த்தேன்
அரிபரி இல்லாப் பொழுதுகள்
சோம்பல் முறித்ததையும்

உலகப் புகழ்பெற்ற கடற்கரையின் ஆறுதலுக்காய்
நாளும் மறவாமல் வந்துகொண்டிருந்தான் ஆதவன்

தொற்றினைப் போலவே
இலவச மருந்துகளுக்கும் குறைவில்லை

அடிவயிற்றில் சுரந்த பய அமிலத்துக்குத்தான்
அன்று குளிகைகள் ஏதுமில்லை

கால்கள் கட்டி முகம் அழுத்தி
தேய்ந்த லாடத்தை நெம்பி எடுக்கிற
இந்த வலி தாங்காக் காலத்தைக்
கடந்துவிட்டால் போதுமென
அடைத்திருந்த தகர வேலியை
வந்து வந்து பார்த்துக்கொண்டேயிருந்தேன்
சிவப்பிலிருந்து ஆரஞ்சுக்கு
நகர்ந்து
பச்சைக்கு என் சாலை மாறும் நாளுக்காய்
அன்று.

மகிமை

இரு மின்சார குப்பை சேகரிக்கும் வண்டிகள்
தெருவின் எதிரெதிர் புறத்தில்

I

பத்துநாள் மழிக்கா முள் தாடி மீசையுடன்
நாலைந்து நாள் வியர்வை உப்புபூத்த காக்கி உடையோடு
கலைந்த தலையுடன்
முகச்சுழிப்போடு கெட்டவார்த்தை உதிர்த்தபடி
அள்ளி அள்ளி கேன்களில் கவனமின்றி கொட்டுகையில்
நோட்டம் விடும் கண்காணிப்பாளன் சத்தமிட
குப்பைகள் சிதறுகின்றன

II

எதிர் வரிசையில்
கோவிலுக்கு செல்லும் முகாந்திரமாய்
சீரான சீருடையில்
மஞ்சள் பூசி
காசு வட்ட பொட்டிட்டு
கதம்பம் வைத்தவள்
சிந்தாத சிதறாத நறுவுசாய்
ஏதோ ஓர் சந்தோஷ முணு முணுப்பில்
நடனக்காரியின் அபிநயங்களுடன்
குப்பை வாரிக் கொட்டுகிறாள்
தனித்தனிக் கேன்களில்
கதம்ப மணமா
விலுக்கென்று நழுவி சப்தமின்றி அவ்வண்டி செல்வதாலா
எதனால் எங்கிருந்து பெருகுகிறது அவளிடம்

இவ்வளவு வேலை நேசமென
பார்த்தபோது தெரியவில்லை
கேட்ட பின்தான் புரிந்தது
அவள் வண்டிக்குள் ஒலிக்கும்
மெல்லிசையின் லயம்தான்
அவளை நிர்வகிக்கிறதென்பது.

மனனம் செய்து செரி

சிந்தையில் தளும்பும் நீர்மமே
நாற்சுவரெங்கும் படர்ந்த நூலாம்படையில் சிக்கி
திகிலெனும் வெளவால்கள் படபடக்க
பழந்தூசிப் படிவங்களில் செருமிக் கமறாமல்
வெளியேறு

சுடரேற்றிப் பிரகாசிக்கச் சொல்வதையெல்லாம்
நினைவிலேந்தி
அர்த்தம் பிறழாது உள்வாங்கு

அவநம்பிக்கையில் புரண்டு
கவலையிலும் நலிவிலும் கிடக்காதே
கிடத்தாதே

கனிவாய்க் கையளிப்பதையெல்லாம் தட்டிவிட்டுப்
பொறுமையிழந்து ஏன் சமன் குலைகிறாய்

எப்போதும்
நான் நாடும் பித்தே
நிதம்நிதம் ஆறுதல் மலரேந்தி
ஏனிங்கே நிற்கின்றேன்

நின் தடம் பார்த்துத் தொடர்வதெல்லாம்
என் மனச்சுதர்மமன்றி வேறென்ன.

"நதிப் பிரவாகத்தை எதிர்த்து நீந்தாதே,
வெறுமனே மித,
அதுவே உன்னைப் பாதுகாப்பாக அழைத்துச் சென்று
கரை சேர்க்கும்"

- ஓஷோ.

அவ்வளவுதான் எல்லாம்

புதியதாய் வந்த ஆறு மாடிக்குடியிருப்பில்
லிஃப்ட் ஓர் ஆறுதல்

பத்து நாளாய்ச் சரசரவெனப் போகவர
எல்லாம் சரியாய் இருந்தது
இன்றிரவு சட்டெனப் பாதியில் நிற்கும் வரை

ஏற்கெனவே வெவ்வேறு மின்தூக்கிகளுக்குள்
சிக்கியிருக்கிறேன்

இன்று
சொந்த வீட்டு மின்தூக்கிக்குள்

குறுந்தகவல் அனுப்பினேன்
சகிக்கு

முதல்முறை சிக்கியபோது இருந்த பரபரப்பில்லை
பொத்தான்களை மாற்றிமாற்றி அழுத்தவில்லை
உரத்த கத்தலோ 'டப', 'டப' கதவிடிப்போ இல்லை

ஐந்து நிமிடம் கடந்ததும் மூலையில்
சாய்ந்து அமர்ந்துவிட்டேன்
எதிர்மறைகளுக்குப் போகாமல்

சற்றே வியர்த்தாலும்
கதவு திறக்கும்வரை சும்மா இருப்போமென
அலைபேசியில் மெலிதாய்ப்
பாட்டை ஒலிக்கவிட்டேன்

பொறுமைக்கான தேர்வு முடிவாய்
இருபத்தி எட்டாம் நிமிஷம்
தானே ஒளிர்ந்து
தானே இயங்கி
மின்விசிறி சுழன்று காற்று வீச
என் தளத்தில் நின்று திறந்தது கதவு
வணக்கம் ஐந்தாம் தளம் என்றது
நன்றி என்றேன்

படபடப்பில்லை
சந்தோஷ விடுதலையுமில்லை

தாழ்ப்பாளும் பூட்டுமில்லா
திறந்த கதவை மறுபடி மூடிக்கொண்டு
மேல் நோக்கிச் சென்றது அது.

சுநாதத்தால் கிறக்கியவன்

கோவில்களும் திறக்காமல்
உலக இயக்கம் ஸ்தம்பித்து
சப்தங்களும் ஒடுங்கியிருந்த காலத்தில்
சந்நிதித் தெருவின் வீட்டிலிருந்து
நாகஸ்வரக் கலைஞன்
நாத ஆலாபனையில் உருக்கினான்

பச்சைக்கிளிகளும் புறாக்களும்
ராக வழி திரிந்தலைந்து
கோபுரங்களுக்குப் பறந்தன

தீர்த்தக்குளத்தின் சொற்ப நீரில்
மீன்கள் சிலிர்த்து
வான் நோக்கி இதழ் குவித்தன

கோசாலைப் பசுக்கள் மேயாது வெறிக்க
நாக மண்டபத்து உயிரினங்கள் சுருண்டுகிடக்க
கடவுளும் மெல்ல நடந்து
திட்டிவாசலை நெருங்கி இருந்தார்

அப்பிராந்தியத்தையே
சுநாதத்தால் நிரப்பிக்கொண்டிருந்தவன்
வாசிப்பை நிறுத்தவேண்டியிருந்தது
ஊழியின் சலுகையைப் பெறும் வரிசையில் நின்று
வயிற்றையும் நிரப்ப வேண்டி.

வெளி

கடல் கடந்த தொலைவின் வாதையைச்
சற்றே தணிக்கும்
காணொலி அழைப்பில் பிரசன்னம்

முகலோபனத்தில் வழியும் அமுதை
மறுபடி வரும்வரைக்குமாய்ப்
பரபரப்பாய்ச் சேமிக்கிறேன்

லாகிரியில் கண்கள் நிறைந்து தளும்பி
உடலெங்கும் நீயே பாவிப் பரவியிருப்பது தெரியாமல்
திரையில் தெரியும் பிம்பத்தோடு
பேசிக்கொண்டிருக்கிறேன்
இங்கேயும்
அப்படித்தானென்கிறாய்

ஆமாம்
நீயும் நானும் இப்போதிருப்பது
எவ்வெளியில் கண்ணே.

உறுத்தல்

கண்ணுக்குத் தெரியா இடங்களில்
அடுக்குப் பெட்டகங்களில் சேகரித்தவை
பலவித வலிகள் கலந்த ரத்தத்தோடு உறைந்திருந்தாலும்
வெளித் தெரியாமல்
பயத்தை மறைத்தபடி
அதிர் சிரிப்போடு குதித்துக் குதூகலிக்கிறதொரு
ஊழல் வெற்றி

கோப்பையின் அடியில் தேங்கிய
குற்ற உணர்வின் கசப்புப் படிவம்
தன் கண்ணுக்குத் தெரிந்திருந்தும்
சியர்ஸ் தட்டும் 'க்ளிங்'கில்
அதைப் புறந்தள்ளுகிறது
அலட்சிய மமதை

அண்டசராசரமும் பணிவாய்க் குவிந்தங்கு
அதன் தன்முனைப்பின் போலி கர்ஜனையைக்
கவிதையெனும் பேரால் பாடி வருடிவிட

அங்கிருந்து கிடுகிடுவென ஓடியதொரு சிற்றெறும்பு
தன்னந்தனியாய் யாருமற்ற வெளியில்
நாலுவரிக் கவிதையை எழுதி
ஆடி ஆடிப் படித்த பின்
தன்னிரு முன்னங்கால்களை
அனாயச சுதந்திரத்துடன் சொறிந்தபடி நிற்பதைக்
கண்ணெட்டும் தூரத்தில் தெரியுமொரு
குவி ஆடியில் பார்த்ததும்

ஏறிய கிறக்கமெல்லாம் சட்டென இறங்க
மேலும் இரு லார்ஜுகளை
மடக் மடக்கென ராவாக அருந்துகிறது
அவ்வெற்றி.

கலைஞன்

நீங்கள்
அவனைத் தேட
ரொம்பச் சிரமப்பட வேண்டாம்

அவ்வளவு கூட்டத்துக்கு மத்தியில்
'அட்டேன்ஷன்' என்ற
லௌகீகத்தின் கணீர் குரலுக்கு
'சட, சட' வென எல்லோரும் எழுந்து விறைப்பாய் நிற்க
அதோ அப்படியே தந்தரையில் அமர்ந்தபடி
சாவதானமாகக் கடலை சாப்பிடுகிறானே
அவன்தான்
அவனேதான்.

ஒன்றுமில்லை ஒன்றுமில்லை

அந்தரத்தில் முன் பாய்ந்து
கெண்டைக்கால் சதை இறுக
ஓடி ஓடித் துள்ளி
வியர்வை வழிய உக்கிரமாய் வீசி
வாளுருவி நின்றோர் மேல்
ரத்தக் கோடிழுத்துச் சரியவைத்து
துரிதத்தில் மீட்டு வந்தேன்

துரத்தி வந்த புரவிகளும் களைத்துப் பின்வாங்க
மார்பணைத்துக் காத்து
மலையிறக்கிக்கொணர்ந்தேன்

நிழல் மேவிய வனப்புல்லில் கிடத்தினேன்
ஈன்ற குட்டியின் பனிக்குட வழுவழுப்பாய்
உடலெங்கும் வியர்வைச் சுகந்தம்
ஓடிக்கொணர்ந்த சுனை நீரைத்
தோள் சாய்த்துப் பருகத் தந்தேன்
குடித்த பின்னும் துவண்டு
விழி மூடிக்கிடந்தாய்க் களைப்பில்

எங்கிருந்தோ வந்த செம்போத்தும்
நின்று வாசித்தது உன்னை

செக்கர்வானம் கதிரை மெல்ல வழியனுப்ப
சொடுக்கிய சவுக்கின் முதுகுக் கோடுகளில்
உதிர்ந்த என் கண்ணீர்த் திவலைகளால்
தோல்சுருக்கித் திடுக்கிட்டு விழிதிறந்து
மெல்லக் கைகோர்த்தாய் நெகிழ்ந்து

பாறைப் பிஞ்சடுப்பில் கொதித்த சாறெடுத்து
இலைக் குவளையில் நீட்டினேன்
ஆசுவாசித்தாய்
இனிமை ரேகை பரவ
அதிர்வில்லாக் களிகொண்டாய்

நீர்நிலையில் குளிப்பாட்டிக் கரையேற்றி
வகிடெடுத்து வாரமுடியாக் கூந்தல் இழைகளை
விரல்களால் சிக்கெடுத்து உதறி
இளவெயிலில் உலர்த்தினேன்

தோண்டிக் கழுவிய கிழங்கும்
கொய்து வந்த பழங்களும் புசிக்கத் தர
ஊட்டினாய் எனக்கும்

குத்திட்டு நிலைகொண்டு
மதியின்றி மருண்ட காலம்
நினைவில் நீ காண
இழுத்தணைத்து நான்
கன்னம் தட்டித் தாடை தடவ
நிகழில் காலூன்றிப் புன்னகைத்தாய்

ஆறாப் புண்களில்
இலைகள் கசக்கிச் சொட்டிட்டேன்
பட்ட எரிச்சலில் சட்டெனக் கண்மூடித் தோல் சுருக்கி
ஆ... ஆ...வெனத் துடிக்க
ஒன்றுமில்லை ஒன்றுமில்லை சரியாச்சு என்றபடி
நின் நாமம் உச்சரித்தேன்

மருண்ட விழி நீரில் மாலையிட்டு
மங்கல நாண் கேட்டாய்

ராட்சஸச் சிலந்தியின் தடம் பதிந்த கழுத்தில்
மனமியைந்து பூட்டினேன்

மனத்திரையின் தும்புகள் துடைத்தெடுக்க மடிகிடத்தி
உயிர் அதிரச் சொல் எடுத்து

உள்ளோர்மையில் லயித்து
ஒன்றிணைந்த சுதியில் பண் செய்தேன்

இருள் சூழ்ந்த இரவெலாம்
அமிர்தத் தாரை

மனமெங்கும் மது நிரம்பி மயங்கிப் பாய
இதழ் கவ்வினாய்
பின் பொறி கண்டு எம்பிக் கொத்தும்
குளத்துக் கயல்களாய்
மாறிமாறிப் பாய்ந்தன எல்லாம்

மனச் சுனைக்குள்
மின்னி நீந்தின மின்மினிகள்

வெட்கச் சருகுகளின் சரசரப்பு ஒலி நடுவே
கண்டனக் கண்கள்
கீழ்த் தொடையின் மச்சத்திலும் ஓர்
சூட்டுத் தீற்றல்

சிகையடர்ந்த நெஞ்சில்
மார்புக் கதுப்புகள் அழுந்த முகம் புதைத்து
அரை உறக்கம் கொள்ளும் என் தங்கமே
நின் பின்னழகில் விரல்கொண்டு எழுதுகிறேன்
இனி இந் நதியின் கரையெலாம்
நின் பொன்னொளியால் சுடரட்டும்

இப்போது நீ நன்றுறங்கு
நன்றுறங்கு என் செல்லமே.

கோரிக்கை

போலியாய் மொழியை முழங்கி
அது தந்த அறமெல்லாம் எமக்கீந்த
மகானுபாவர்களே வடக்கிருங்கள்

இனி எங்களால் ஏதும் ஏலாததால்
நீங்களாய் வடக்கிருங்கள்

எத்தனை ஆண்டுகள்
ஊழ்வினை இதுவென ஓய்ந்து கிடப்போம்

தானே மூங்கிலுரசி
பொறியொன்று சருகுகள்மேல் பட்டு
கொழுந்து
பெருந்தீயென மூண்டு
காடழிந்த சங்கக் கவிதைகளெல்லாம்
சொல்லச் சொல்லக் கேட்டோமே

இன்று உம்கேடு கோலால்
நாடழிந்த கதையெல்லாம்
... ...
... ...

வாய்க்கும் கைக்குமாய்ப் போட
ரெளலட் பூட்டுகளோடு திரியும்
அர்த்தம் திரிந்த உங்கள் ஜனநாயகத்தில்
வயிறெரியச் சொல்கின்றோம்

தலைவர்களே தலைவர்களே
நீங்களாய்ப் போய் வடக்கிருங்கள்.

எல்லா நாளும் ஞாயிறாய் இருந்த நாட்கள்

வீடடங்கு என்றார்கள்
பின் திடீரென வெளியே வா என்றும்...

உள்ளேவா வெளியேவா
இச்சா இனியா
நேரா சப்பையா
காயா பழமா
தெரியாமல் திகைத்துக் கிடந்தோம்

உலகம்
அவ்வளவு சீக்கிரம் முடிவடைந்துவிடாதென்பது
அவர்களுக்குத் தெரிந்ததால்தான்
அப்போதும் கோணிப்பைகளோடேயே திரிந்தார்கள்

சகல ஸ்தம்பிப்புகளுக்குப் பின்னும்
வழக்கம்போல்
எஜமானர்களின் முடிவுக்கே காத்திருந்தனர்

அந்த நாட்களில்தான்
வாசல் மரத்து மலர்களில் வட்டமிடும்
சிள்வண்டுகளைப் பார்த்துக்கொண்டிருந்தேன்

புத்தகங்களைச்
சீராக அடுக்கிவைத்தேன்
காலவர்த்தமான நெருக்கடியின்றிப்
படித்தேன்

பார்க்காத
படங்கள் பார்த்தேன்

ஏதேதோ
எழுதினேன்

பெய்த மழையை
அபூர்வமாய் வந்த மைனாவை
நிதானமாய்ப் பார்த்தேன்

கண்ணுக்கு நேரான மரணங்களுக்குப் பின்னும்
அடுத்தடுத்த பதவிகளுக்குத் தயாராகவும்
ஊழிக் குறிகளையும்
வெவ்வேறு சமன்பாடுகளாக்க முடிந்தது அவர்களுக்கு

எளிய கீரைக்கும் காய்கறிகளுக்கும்
ரொட்டிக்கும் கஞ்சிக்கும்
தயார்ப்படுத்திக்கொண்டு கிடந்தோம்
முகக் கவசத்திற்கும் கையுறைகளுக்கும்
அமைதியாய் நட்சத்திர நிறை வான் பார்க்கவும்
தேனூறிய பழங்கீதங்கள் கேட்கவும்

எப்போது எல்லாம் முடிவடைந்ததென
இப்போது நினைக்க யாருக்கும் நேரமில்லை.

துக்கித்துக் கிடந்த மௌனம் ஏக

விரக்தியின் அதரங்களைக்
கீறிக் கீறி குருதி சுவைத்தது
காலம்

துடிதுடித்து மாய்ந்த பொழுதுகளுக்குக்
கணக்கில்லை

சூன்யத்தில் கிடந்தபோது
இளஞ்சிவப்புக் குரல் வழியே
பாசப் பாய்ச்சலாய் ப்ருகாக்கள் உதிர்ந்தன
விதவித ராகங்களில்

நீரற்றுக் காய்ந்த விதைகளின் மேல்
தேடிச் சுரந்தது மழை

தூர்ந்துகிடந்த அனாதரவைத்
துளிர்விடச் செய்தது வசந்த ருது
பறவைகளின் கீச்சொலிகளுக்கு வெகுமதியாய்
கொல்லெனக் குலுங்குகின்றன கோடை மலர்கள்

மரத்தடியில் நிற்கையில்
நறுமண நீள்கொத்து மலர்ச்சரத்தைக்
கவ்வி அசைத்துத் தலைமேல் சொரிகிறது அணில்

தனித்திருந்த தியானத்துக்குக் கிடைத்த
ஆன்ம ஒத்தடமே
ஊழியில் எல்லாம் இழந்த பின்
ஒரே ஒரு யாழ் மட்டும்தான் வைத்திருக்கிறேன்
மீட்டட்டுமா?

தாமத வருகை

ஏதேதோ உதிர்த்தும் துளிர்க்க வைத்தும்
ஜாலம் செய்துவிட்டது காலம்

தொடர்ச்சியாய்
சந்தோஷமாய் இருந்த நாட்கள்
துயர காலங்களின் வலிபோல
ஞாபகத்திலேயே இல்லை

விற்கவோ
விலை வைக்கவோ
பூர்வ தாவர ஜங்கமங்களை மூர்க்கமாய்க் கைப்பற்றவோ
அறத்தை வரித்து அழாதிருக்கவோ
உறவுகளின் குதர்க்கக் குரல்களை மறுக்கவோ
தெரிந்திருந்தால் சித்தித்திருக்கலாம்

உதயத்தை
அந்தியை
காற்றை
மரம் செடி கொடிகளை
மலையை மடுவைத் தவிர
ஏதும் கண்டிருக்கவில்லை

தெரிந்தே எல்லாம் இழந்தவன்
ஏன் உனக்கு

ரகசியமாய் மனங்கிளர்த்தி
லௌகீகப் பிழைகளோடு
எப்படியோ
அப்படியே ஏற்றுக்கொண்டாட
ஏன் வந்தாய்

ஆண்டாண்டாய்ப் படிந்த தூசிபோக்கி
சுகந்தம் தவழவிடும்
சின்னஞ்சிறு தூபமே

உறக்கம் வரா
இரவுகளின் நீளத்தைக் குறைக்க வந்த நல்லூழே
ஏதுமற்ற காலத்தில் வந்த உனக்கு
ஏதை நான் கையளிப்பேன்

சங்கிலியில் பூட்டப்பட்ட கால்கள்
விடுபட்டு நடந்து காணும்
விடுதலை உணர்வாய் வந்து உலவுகிறது
நின் கருணை

நின்னிருப்பின் தயையால்
துன்பித்த இரவு சென்று
குளிர் வைகறையை அனுப்புகிறது பார்

ஜீவித அர்த்தம் மீட்டும் நின் முத்தத் தாளங்களை
எந்த சுரக் கோர்வையில் கோர்ப்பேன்

ஆயுள் களைப்பை நீக்க வந்த களிப்பே
இவ்வளவு அருகிருந்தும்
ஏன் நீ இத்தனை பருவங்கள் தாண்டி வந்தாய்.

குடிநீரும் கிடைக்கவில்லை

உதிர நிறத்து வான்
கண்ணீர் கனத்த மேகங்கள்
மணம் கமழ மலர்கள் மலரும்
வசந்த ருதுவிலும் கந்தக நெடி

மணம் கமழக் காற்றலையும்
நிச்சலனப் பாதைகளில்
கண்ணி வெடிகள்

ஷெல்களால் நொறுங்கிய வீடுகளிலிருந்து
தப்பித்த குழந்தைகள்
ரோஜாக்கள் சிதைந்த பூங்காக்களில்
கஞ்சிக்கு வரிசையில்

இமைக்காது வெறித்த விழிகளில்
ஊர்ந்து செல்லும் எறும்புகளும்
சுவாசிக்கா நாசியில் மொய்க்கும் ஈக்களுமென
சாவின் சாலையெங்கும் மனித உடல்கள்

எல்லோரும் சற்றுக் கண்ணயர்ந்த நேரத்தில்
வீட்டுக்கு வெளியே வந்து
தன் பிஞ்சுக் கரத்தை வான்நோக்கிக் காட்டி
தடுமாற்றத்தோடு ஓடிக் களிக்கிறதொரு
சின்னஞ்சிறு குழந்தை

கைக்குக் கிட்டிய ஏதோ ஒன்றைக் குனிந்து எடுத்து
நெஞ்சில் துடைத்து

மறுபடி அதையும் வான்நோக்கி நீட்டிச்
சிரித்தபடி ஓடுகிறது

யுத்தகாலத்தை முடித்துக்கொள்ள
அது அனுப்பும் செய்தியைப் பார்க்காமல்
இன்னும் உறங்கிக்கொண்டிருக்கிறான் இறைவன்.

ஊழ்

பச்சைப் பசேலென
செடிகொடிகள் மரக் கூட்டம் குதூகலிக்க
பல்லாண்டாய்ப் பராமரித்த நந்தவனம்
அதிகாரத் தேவைக்கென சீர்குலைக்கப்பட்டு
செம்மண்ணும் ஜல்லியுமாய்க் கொட்டப்படுகிறது

நிரவ இருக்கும் ரோலருக்கு அடியில்
என் வளர்ப்பில் மிச்சமான
ஒற்றை மரத்திலிருந்து பறித்த எலுமிச்சையைக்
குங்குமம் தோய வைத்து
சூடமேற்றி வணங்க
நானே நிர்பந்திக்கப்பட்டிருக்கும் இப்பிராதை
எந்த மாரியின் வாசலில் அரற்றி
மண் தூற்றி முறையிடுவேன்.

மலர்ச்சியின் நல்வரவு

மண்டிய புதர்களைக் களைந்து
வறண்ட களர்நிலத்திற்குச் சுரணையூட்டி
குளிர் மழைப் பருவத்தில்
உயிர்த் தாதை விதைத்தாய்

முளை கண்டு தளிராகி
கிளைக்கக் கிளைக்க
ப்ரிய மணத்தால் கமழ்ந்தன பொழுதுகள்

எனக்கா இந்த உதயமெனத் திகைக்கையில்
துக்கம் துலக்கி
மென்னிருள் கவிந்த சன்னத் தனிமையில்
நேர்க்கோட்டில் ஸ்ருதி சேர்ந்த கானமென
லயிக்க வைத்தாய்

மனம் கசியப் பரிவுகாட்டி
கடமைகளின் பிறழ்ந்த பொழுதுகளை
மணிகாட்டியில் மாற்றினாய்

இரவல் சலனங்களைத் துடைத்தெடுத்து
உண்மை உணர்வூட்ட செழித்தன எல்லாம்

விசும்பலைக் கையமர்த்தி
நீர்த்துப் போனவற்றைப் புதுப்பித்து
உள்ளிருந்த ஆழம்காட்டி சிலிர்க்கச் செய்தாய்

தெய்வதமே
தெய்வதமே
ஏதெண்ணி
ஒன்றுக்கும் ஆகா என் பாதம் பணிந்தாய்

வாழ்வே
வாழ்வே
எங்கிருந்து வந்தாய் எனைப் பாலிக்க.

ஏன்

அந்தப் பேருந்தில் உன்னை ஏற்றிவிட்டு
சில நிமிஷங்கள் அருகிருந்து
ஜாக்கிரதை பத்திரம்
தகவல் அனுப்பிக்கொண்டேயிரு எனச் சொல்லி
விடைபெற்றேன்

புறப்படும்வரை துடிதுடிப்பு
புறப்பட்டதும்
வண்டியின் பின் ஓடி வந்தேன்

எவ்வளவு தூரம்
தொடர முடியும்

அந்தப் பிரிவின் நீளம்
மைல் கணக்கில் இருந்தது
கால்கள் தளர்ந்து
கண்கள் சுரந்தன

நடுச்சாலையில் இரண்டாய் மடிந்து
முழங்கால்கள் பிடித்துக் குனிந்து நின்றேன்
சொல்லாததையும்
உணர்வாயென எண்ணிக்கொண்டேன்

எண்ணிலடங்கா விசித்திரங்களை வழங்க
காலம் என்னிடம் உன்னை அனுப்பியதைக்
கேலி செய்தபோது மட்டுமல்ல
உணரத் தொடங்கிய இப்போதும்
அத்தனை ஆக்ரோஷமாய்
சடசடவென அடிக்கிறது மழை

கொஞ்ச நேரத்தில் எங்கும் குளிர் பரவ
எங்கெங்கும் நீள் நீள் நீர்த் தாரைகள்

ஏனோ
அப்போதெனக்குச்
செத்துவிடலாமெனத் தோன்றிற்று.

நன்னயம்

உங்கள் வேலை முடிந்துவிட்டது
வழக்கமாய் இருப்பதாய்க் காட்டிக்கொள்கிறீர்கள்
அவழக்கமாய் உணர்கிறேன்

கூர்ந்து கேட்கும் காலம் கடந்துவிட்டதால்
எப்படியோ தெறித்து விழுகிறது அலட்சியம்

இனி எதற்கென்று தோன்றியிருக்கலாம்
சலித்திருக்கலாம்
இடைஞ்சலாயும்

சிறு துரும்புதான்
என்னாலியன்றது

ஆனால்
பெரும் பேறு என்று சொன்னதில் குதூகலித்து
பேரரச நினைப்பிலிருந்தேன்

விதூஷகனாக்கிச் சிரிக்கிறீர்கள்
சேர்ந்து சிரிக்கிறேன்

எவ்வளவு வேகமாய்ப்
புறந்தள்ளுகிறீர்கள்

பரவாயில்லை

மேகத்துக்குப் பேதமேது
நீர் வேண்டுகையில்
நிர்பந்தங்களேதுமின்றி
மறுபடியும் பொழிவேன்
உங்கள் தாழ்வாரத்தில்.

வீடடைந்திருந்த காலத்தில்

வீட்டின்
வண்ணச் சித்திரத்தினுள்
பின்னால் கைகட்டி
கீழ் நின்று வானம் பார்ப்பவனாய் மாறினேன்

கீழ்த் தளத்தின் அடைபட்ட சிறு சதுரத்தில்
கீழிருந்து அண்ணாந்தால்
தெரிந்தது ஓர் துண்டு ஆகாயம்

பீதி பிரமைகளில் அடைந்து
சுருண்டு கிடந்தவனின் மேனி சிலிர்க்க
காற்று வீசிற்று அங்கே

நிச்சலன வானத்து முகில்கள்
சேதி ஏதும் சொல்லவில்லையெனினும்
பரபரப்பாய் நகர்ந்தன

இங்கிருந்து இவ்வளவாவது பார்க்க முடிகிறதேயென
ஓர் ஆறுதல்

சிறையெனச் சொல்ல முடியா
சதுர வெளியிலே கடந்தன பல மாதங்கள்

எக் கரங்கள் உருட்டும் சோழிக்குத் தக்க
தகவமைந்ததோ எல்லாம்

இருள் சூழ்ந்த அக்காலம்
கண்ணிலா மனசிலா

எல்லாவற்றிற்குமிடையில்
அந்த வானத்தை ஒருநாள்
என்னருகே அழைத்து வந்துவிடலாமென்றுதான்
அன்றும் நினைத்திருந்தேன்.

ஈசான மூலையில்

அடுத்த ஆண்டுதான் வரும்
குளியலறையில் தலைக்கேறிக்கிறங்கிய இந்நாள்

இந்நாளின் வாழ்வை
எந்நாளும் வாழ்ந்ததில்லை என்றாய்

ஒரு வயதின் தடத்தைத்
தேகத்தில் பொதித்து
மறு வயதின் கனுவை முளையிட வைத்திருக்கும்
நாளுக்குச் சுவையூட்ட
அந்திவானின் செவ்வரக்கில்
நான் மட்டுமேயழைக்கும் அந்த உன் பெயரை
மஞ்சளால் நுணுக்கி எழுதுகிறேன் வானில்
யாருமறியாதொரு ரகசிய மூலையில்.

சாமக்கோடாங்கி

அடர் நீள்மயிர் தரைபுரள
தலைசுழற்றி அலறிய
நைட்டி போட்டிருந்த பேயை ஓட்ட
சாமமெல்லாம் உடுக்கையடித்து
மந்திரம் சொல்லி

கருவாடு கறி மீன் சாராயம்
சுருட்டு படையலோடு
பரிகாரப் பூசைசெய்து
சாம்பிராணிப் புகை மேவ
குங்கிலியத் தூளிட்டுத் தீ எழுப்பி
சூடம் காட்டி

அறுத்து குங்குமம் தோய்த்த எலுமிச்சைகளை
இட வலம் வீசி
ஒரே வீச்சில் விடைச்சேவல் கழுத்தறுத்து
நிலைவாசலில் ரத்தம் பீய்ச்சி
ஓங்கரித்து சன்னதம் வந்து ஆடியதை
வேப்பமரக் கொப்புக்குக் கதற ஓடவிட்டு
விடியலில் வீடேகுகிறான்

குழந்தையற்ற மீப்பெரும் துயரம் மீதூறி
பொழுதுகளைத் திருகித் திருகி
நீள் பெருமூச்சு சப்தத்தால்
வீட்டை நிரப்பும் பெஞ்சாதிக்கு
முதல் நாள் வாங்கி வைத்த
அல்ப்பிராக்ஸ் (Alprax 0.5 Mg Tab)
மாத்திரைப் பட்டியோடு.

திருநாமம் சொல்லி...

ஆதரவற்ற தனியனுக்கு
கவலைகள் மட்டும் ஆயிரம்

சரணென சாஷ்டாங்கமாகி
துயர் படிந்து கூப்பும் கரங்களில்
வலு ஏற்றுவதும் ஏற்றாததும் உன் பொறுப்பு

கர்ப்பகிரஹத்தின் பிசுக்காய்
இன்னும் ஒட்டியிருக்கின்றன நம்பிக்கைகள்

தீபத்தில் ஒளிரும் அருள் கரங்கள்
பாலிக்கும் பாலிக்குமென
இன்னும் எத்தனை வயதுவரை...

ஊற்றுக்கண்ணின் முதல் குமிழ் எம்பலாய்
எப்போது முகிழ்க்கும் நின் கருணை

தீர்ந்தபாடில்லை எதுவுமென
திரும்பத் திரும்ப சந்நிதி வந்து
பிதற்றுகின்றேன்

என்ன வசீகரமிது
எதை நம்புகிறேன்
கிட்டாக் கருணையையா
கிட்டுமென்ற கிடக்கையையா

உன்னோடா
என்னோடா
யாரோடென் உரையாடல்

பச்சைக் கற்பூர வாசனை உறைந்த
துளசித் தீர்த்தத்தை
நிதமும் அதரம் குவித்து உறிஞ்சுகிறேன்
சடுதியில் கெடுதிகள் மறையுமென

களி மழைக்குக் கனவில்லை
பூந்தூறல்கூட வேண்டாம்
இருப்பின் சிறு துளியையேனும் பன்னீராக்கேன்.

பிரமை

தண் இரவின் சந்திப்பில்
நீ கையளித்துச் சென்ற
இளஞ்சிவப்புச் சொற்களை எடுத்து வந்து
பழைய நீள்புட்டியில் நீரூற்றி
எழுதுமேசை மேல் வைத்தேன்

நீர் மூங்கிலாய் நீண்டு படர்ந்து
சன்னல் கம்பிகளைப் பற்றியபடி
இரவியின் ஒளிக்காய் அது நீண்டிருக்கிறது

இந்த வெக்கை மாதப் பௌர்ணமியின் நடுநிசியில்
என் வீதியில்
பிச்சிப்பூ வாசம் வீச
தன்னெழில் மிளிர நீ திரிவதாயொரு
மூட்டக்காட்சி
யாமத்தில்
பஞ்சு மரத்திலிருந்து காய் வெடித்து
இலவம் பறந்து வந்து முகம் தீண்டுகிறதுன் ஸ்பரிஸமாய்

தாபம் ததும்பும் பிரிவின் நீளத்தை அளந்தபடி
முணுமுணுக்கிறதென் தனிமை

வதனப் பிரக்ஞையற்று
நீ தூங்கிய காட்சியும் வந்துபோகிறது

வாசல் கொடியில் காயும் ஈரிழைத் துண்டை
வேகக் காற்று
அந்தப் பாடு படுத்துகிறது

உள்ளே தூங்குகிறேனா
வெளியில் நிற்கிறேனா
விழிப்பா கனவா
தெளிவில்லை

பேரமைதிக்கு நடுவே எங்கிருந்தோ
அடுக்கடுக்காய் உன் நகைக்கும் ஒலி வேறு

கடவுளே
வராதிருந்த காரணத்தையாவது
சொல்லித் தொலைத்திருக்கலாம் நீ.

இப்படித்தான்...

கால் சராயின் பையிலிருந்து
கல்லெடுத்து உடல் வளைத்து ஓங்கி எறிகிறான்
மரத்தை நோக்கி

நிலம் சேரா காய்க்காக
இன்னும் சில கற்கள்

'ஹ'... வென பற்களை நறநறத்து
ஒற்றைக்காலை மண்ணில் உதைத்து
மீண்டும் முயற்சிக்கிறான்

ஒவ்வொரு கல்லுக்கும்
மாம்பூக்கள் அவன் தலை தடவி ஆசீர்வதிப்பதை
தட்டிவிட்டு.

ஏகாந்த வெளியில்
ஒளிரும் பொன் வழி

படுத்திய கரிப்பொழுதுகள் ரத்தினமாகி
'கமாஸில்'* நிறைந்திருக்கிறது

முஷ்டி உயர்த்திய
போட்டா போட்டிகள் மறந்து
கண்மூடித் தாழ்கின்றன தலைகள்
ஈரமாகின்றன இமைகளின் ஓரங்கள்

பாவனைகள் உதிர்கின்றன
பொடிப் பொடியாய்

அற்பமானவை நிகழ்த்திய
வடுக்களின் மேல் நீவுகிறது மந்திரஸ்தாயி

பிறிதொரு உலகை
சிருஷ்டிப்பது
குரலா

சொல்லற்ற ராகம் தரும்
நாத பிரமையா

ஓர்மையாகிக் கிறங்கித்
தழைந்திருந்த நேரத்தில்
ஒரு பிரயோகம் திடுமெனத் தீண்ட
விதிர்த்து உணர்ந்தேன் தேவி
நின் திருவருளே தீண்டிய பொற்கணத்தை.

---

* 'கமாஸ்' கர்நாடக இசையில் வரும் ஒரு ராகத்தின் பெயர்

அறிந்ததிலிருந்து

அதோ அவன் பாட்டுக்கு
தன் போக்கில் தலையாட்டியபடி
சோளப்பொறி சாப்பிட்டுக்கொண்டே
நடக்கிறான்

அதே சாலையோர மரத்தடியில்
ஆயிரம் கேள்விகளோடு
இவ்விரவில் காத்திருக்கிறேன்

சும்மாவா சொன்னான்
"அறிந்ததிலிருந்து விடுதலை"யென்று.

கிவான்ஸ்வாங்கின் பயணக்குறிப்பிலிருந்த ஓர் உரையாடல் ... ...

முழ்மாரி பொழிகிறதா

ஆமாம்

சுபிக்ஷ வாழ்வுதானே பிரஜைகளுக்கு

ஆமாம்

புகார்கள் ஏதும் உண்டா

ஆமாம்...
இல்லை

என்னய்யா மந்திரி நீர்
ஆமாமா
இல்லையா

இல்லை

...ம்...

கேள்விகளும் பதில்களும்
நீண்டுகொண்டிருந்தன

வரலாற்றைப் பதிவு செய்வோர் ஓலைகளில் எழுதினர்

பிரஜைகள் எல்லாம்
விதவித போதைகளில் தட்டும் கைதட்டலில்
அண்டசராசரம் கிடுகிடுத்தது

கேள்விப்பட்டேன்
ஜாக்கிரதை
தந்த்ரோபாயங்கள் தொடர்ந்து சரியில்லை எனில்
நீயும் இல்லை
நாடும் நமதில்லை
எனக் கெட்ட வார்த்தையால்
சிரித்தபடி முணுமுணுத்தார் மன்னர்
நிர்வாக மந்திரியிடம்

பொற்காசு குவிகின்ற துறைகள் எல்லாம்
வேண்டியவர்க்கு வழங்கியதால்
வேலைகள் ஏதுமின்றி
அந்தரங்க அபிலாஷைக் கேளிக்கைகளுக்குப்
புறப்பட்டார்

விளையாட்டு வீரன் நீ - என்ற ஒரு புலவனின்
தமிழ் வரி நிறுத்திற்று அவனை

புள்ளினமும் வாய்திறந்து அரற்றா வண்ணம்
அத்தனைக்கும் பாலூட்டும் அற்புதம் நீ

செந்தழலின் சீற்றமதை மறக்க வைத்து
நிலவொளியில்
நிழல் வெளியில்
ஆவினமாய் மக்களையே கிறங்க வைத்த
கோமகன் நீ

கன்னியர்கள் களிப்பேற
கற்பனையில் சொல்லெடுத்து
நாளெல்லாம் வீசுகின்றோம்
அது உன் வாள்வீச்சின்
சிறு அசைவுக்கு ஈடாமோ பெம்மானே

ஆளுவதும் உனக்கொரு விளையாட்டு
வினையாட்டும் மக்களது மனமாட்டும் மன்னா
விளையாட்டு வீரன் நீ என்று நான் சொன்னால்
மறுப்புண்டோ நானிலத்தில்

சிவமே
செழும் பொருளே
நான் உழல்கின்ற தென்மொழியின் தனிச்சிறப்பே
செயற்கரிய செயலெல்லாம் செய்ததாலே
உனக்குவமை நீயேதான்

நீளும் கவிதையை ரசித்தபடி
புலவனை நோக்கி மோதிரத்தை வீசி எறிந்து
அந்தப்புரம் ஏகினான் மன்னன்

பின் குறிப்பு:
நாட்குறிப்பில் தேதி இல்லை.

நிகழும்

அலைந்தலைந்து
எங்கெங்கோ சிதறிய தானியங்களைச் சேகரித்து
கூடடைந்து மகிழப் பகிரும்
பறவையாய்த்தான் வருகிறேன் நிதமும்

உனக்கே உனக்கென
அளவெடுத்துத் தைத்தவை
மேனியில் மிளிருமெனப் பார்த்திருந்தால்
அவை வேண்டாப் பழந்துணிகளோடு வீசப்பட்டு...

இரண்டாம் சாம விழிப்பில் பார்க்கையில்
அத் தானியங்களும் குப்பைக் கூடையில்

மனம் சோர வெதும்பினாலும்
பேரன்பின் சேகரங்களுக்கும் சேர்ப்பிப்புகளுக்கும்
ஓய்வில்லை

யத்தனங்களை
காத்திருப்புகளை
அலைந்து திரிந்து பெற்ற அருமையை
அவமான வலியை
முன் பின்னான காரியங்களால் சித்தித்ததை
ஏதுமறியாய்

அடுத்தடுத்த அலைபாய்தலும்
எதன் மதிப்பும் உணரா நிறைவின்மையும்
பிடி நம்பிக்கையுமில்லா உனக்காகத்தான்
இன்றும் சேமிக்கிறேன்
தேர்ந்த நல்லிசை கானங்களை

எதற்காகவுமில்லையெனினும்
நீங்கள் தந்த அமிர்த வாழ்விதென
விழிகள் தளும்பி
உதடு துடிதுடிக்க உகுத்துச் சொல்ல
வாராதிருக்குமோ ஒருநாள்.

சிந்தைக் கிரணங்கள்

சதா நேரமும்
சமாதானப் பொய்கள் கேட்டே
வாளாவிருக்க முடியுமா

கரிசனத்தால்தானே
கத்தித் தீர்க்கிறேன்

வெறும் ஒலியாய் மட்டுமதைச் செவிமடுத்து
இடைவெட்டு ரேகையாய் மின்னித் துளிர்க்கும்
அன்பை ஏன் மறுதலிக்கிறாய்

தொலைந்ததெல்லாம் நினைவகல
பூரண சாந்தம் கமழ
எத்தனை பாடுகள்

இறுகிக் கிடந்தவற்றைத் திறந்து
கேதாரம் கேட்க வைத்து
இதோ உன் வானம்
உனக்கெனவே எத்தனை விண்மீன்கள்
என்றெல்லாம் காட்டியதற்கு
நின்னைப் போல் பிரதியில்லையென
சொன்னதுனக்கு நினைவில்லையா

கைகூடுவதிலெல்லாம் ஒளிந்திருக்கும்
சந்தோஷத்தில் குதூகலியேன்

கபாலத்தைக் குடையும்
எத்தனை வண்டுகளைப் பிடித்து எறிவேன்

நாளெல்லாம் சிந்தைக் கிரணங்கள்
நினையே சுற்றுவதறியாமல்

கண்ணாடிச் செதில்கள் நிறைந்த பாதையதில்
மீண்டும் நட என்றாய்

அதற்கும் சரியெனச் சம்மதித்து
மறுபடியும் குருதியால் எழுதுகிறேன்
நின் நாமம்.

பேரன்பின் பெருமிதம்

கணிதமறியா
மென்மையும் தவிப்பும்
ஈகையும் இதமுமே
அனுகூல எதிரிகள்

சிறு செங்கோள அகல் விளக்கின்
ஒளி நிழலும் தாங்காது
நடு நடுங்கும் தேம்பலை
யாருக்கு மாற்றித்தர இயலும்

வதியழியவே
விதிக்கப்பட்ட பின்
பிரார்த்தனைக்கு முடிவேது

நினைவிலாடும் முகம்
ஓயாது

கசப்புக் கனவுகள்
கலையாது
எழுதித் தீராது
பாடி ஆகாது

ஆனாலும் என்ன
சொல்லவும் வழியற்ற
உள்காயத் துணையினை
உனையன்றி
யார் தருவார்
என் பெருமிதமே.

ஞானம்

போதும் இருந்ததென
அப்போதுதான் உதிர்ந்தது மரத்திலிருந்து

இன்னும்
ஒரு நாளோ
இரு நாளோ
புகாரேதுமின்றி வான் நோக்கிக் கிடக்கிறது

வெயிலை வாங்கியபடி காற்றுக்கு அசையும் அதை
அதன் சொற்ப வாழ்வுக்குள்
என் கரமும் ஸ்பரிசிக்கட்டுமேயென எடுத்தேன்

எத்தனை ம்ருது
வண்ணம்
வாசனை
வடிவம்

தானென்ற தான்மை இல்லை
சலனமில்லை

மெல்ல அதைத் தரையிலேயே
வைத்துவிட்டு நடந்தேன்

நீங்கள்
ஒரு மலரைப் போல மாற வேண்டுமென
எப்போதோ படித்தது நினைவுக்கு வர.

வேண்டுதல்

கார்காலப் பொழுதொன்றில்
புன்னை மரத்தடியில்
கவனிப்பாரற்று
கீறல்பட்டுக் கிடந்த ஒளியை
ஏந்தி எடுத்து வந்து
நீவிக் காத்து நலம் செய்தேன்

உள்ளொதுங்கி
மறைந்ததெல்லாம் துளிர்க்க
பொழுதெல்லாம்
மினுமினுப்பின் ஜாஜ்வல்யம்

ஒளியின்றி நானில்லை
நானின்றி ஒளியில்லை

கண்ணேறோ
ஊழோ
யாரது போதனையோ
எதனதன் ஈர்ப்போ
அறியா வெறுப்போ
புரியா வன்மமோ
என்ன கசப்போ
ஏது சூதோ யானறியேன்
சற்றே விலகத் துவங்கிற்று ஒளி

மீண்டும்
கரு வளையங்கள்

இதோ பறந்துவந்து கிளையமர்ந்த
ஆந்தையின் கண்ணிமைத்தலிலும்
மற்றுமொரு அந்தகாரம்

நலமான பின்பு கதியச்சில் சேர்ந்து அது
மகிழ்ந்து சுடர்விடவே
இப்போதுமென் பிரார்த்தனை.

துயரின் மௌனத்தோடு...

எதையும் உன்னால் சரியாய்ப் புரிந்துகொள்ள முடியாது
இன்றைக்கும் சண்டைதான் வரும் வேண்டாமென்றேன்

எவ்வளவு பட்டும்
எதைச் சொல்லி
எப்போது கேட்டிருக்கிறாய்

இனியும் நெஞ்சு சுக்குநூறாகும்படி
பேச மாட்டேன் நடக்க மாட்டேனென
சகல தெய்வங்களின் மீதும் ஆணையிட்டுத்தான் ஆரம்பித்தாய்

நம்பிக்கையின்மையும் நிறைவின்மையும்
ஆங்காரமும் வன்மமும் தாறுமாறாய் வெடித்துச் சிதற
ஓர் உக்கிர நடனத்தை ஆடி முடித்தாய்

துயரத்தால் தத்தளித்து
நீர்குடித்து எழுந்தும் மூழ்கியும்
மூச்சுக்கு ஏங்கித் தவி தவித்த வேளையில்
வேக வேகமாய்த் துடுப்பிட்டு
படகில் இழுத்துப்போட்டு வந்தவனுக்கு
முன்னைப் போல்
அத்தனை எளிதாயில்லை இந்த நாட்கள்

எல்லாக் கடன்களையும் தலைமுழுக வைத்து
மீட்டு வந்த நாளில் நிகழ்ந்த அன்பு
மறுபடி நிகழவே இல்லை

என் தோலின் கறுப்பு நிறமே
ஏனிப்படி வாழ்வு முழுவதும் கவிந்து கிடக்கிறது

பரவாயில்லை
குளித்து வந்த பின்
நெஞ்சணைத்துத் தலைதுவட்டி உணர்த்திவிடவே
இன்றும் இக்கதவுக்கருகில் காத்திருக்கிறேன்.

நிர்தாட்சண்யம்

மயக்குறு அந்தியில்
கட்டிக் கொணர்ந்த மாலையொடு
நிராசைகளையும் சேர்த்துத் தொடுத்துத்தான்
உன் சந்நிதி வந்திருந்தேன்

பாசுரங்கள் இசைத்து
நெக்குருகினேன்

தூப தீபமும்
உச்சாடனங்களும்
கூடவே திருவடி சேர்த்த கோரிக்கையும்

அந்த அரைவாய் திறந்த யாளியின்
அருகில்தான் இன்றைக்கும் நிற்கிறேன்

"உயர்வற உயர்நலம் உடையவன் யவன்அவன்
மயர்வற மதிநலம்" அருளா
வீம்பின் மோனம் என்ன மோனம்

இருண்ட அந்த அகல்களின் நுனிகளில்
எனக்கான நம்பிக்கைகள் மட்டும்
ஏனிப்படி புகை புகையாய் நெளிகின்றன.

---

* "உயர்வற உயர்நலம் உடையவன் யவன்அவன்" நம்மாழ்வாரின் முதல் திருவாய்மொழியின் வரிகள்.

மலர்தலும் கூம்பலும்

கனலும் தகிப்புக்களுக்கிடையே
அருகிருப்புக் குளிரூட்டும்
நிலம் நெகிழ மழை பொழியும்
வனம் மணக்க மலர் சொரியும்

இருப்பில் இழைந்து லேசாகி
ஏகாந்த முத்தமிடும் கணத்தில்
சிராய்ப்பு எரிதலாய் ஓர் அனுமானக் கேள்வி வரும்

மறுமொழி பகிர்வதற்குள்
இறுகும் மௌனம்

ஆண்டுகள் சிலவாய்
ஏரியில் மிதக்கும் இலையென
நின் நினைவில் லயித்து மிதப்பதறிந்தும்
எதற்கிந்தக் கீறலெனத் தெரியவில்லை

கடிகாரம் பார்த்தபடி
சட்டென எழுந்து போய்விட்டாய்

செம்மாந்த மரக்கிளையில்
வந்தமர்கிறதொரு மடையான்

ஒற்றை ஆடு 'ம்மே'யெனக் கத்தியபடி
மேய்கிறது

எத்திசை செல்வதெனத் தலை திருப்பி
வால் சுருட்டி நிற்கிறதொரு பூனை

'பாங்...'கென எங்கோ எதிரொலிக்கிறது
வாகன சப்தம்

மஞ்சுக்கூட்டம்
விரைகிறது வானில்

இருத்தலும்
இல்லாதிருத்தலுமாய்
வெறுமனே பார்த்துக்கொண்டிருக்கிறேன்
நான்.

பயணி

விரும்பி ஒன்றை ஏற்றோர்க்கு
நேசிப்பால்
வாழ்வுக்கு பொருள் எழுதுவோர்க்கு
வெற்றியென்ன
தோல்வியென்ன

மகிழ்வும் துக்கமுமான நாணயமே
நம் செலாவணிக்கு அனுமதிக்கப்பட்டது

தோல்விகளற்ற வாழ்வுதான்
என்ன வாழ்வு
உறக்கமற்ற இரவுதான்
என்ன இரவு
இறுக்கம் நிகழா நாள்தான்
என்ன நாள்

வெற்றியின்
சிறு சிறு முத்த நிகழ்வுகள்
சித்திக்கலாம்
.... காமலும் போகலாம்

காட்சிகளும் உறவும்
இடமும் அர்த்தமும்
மாறி மாறி ரூபம் காட்டும் வாழ்வு
எதற்கான தீர்வுமல்ல
பயணம்.

உப்பு பெறா ஸைக்குகள்

வக்ர மாய உலகின் மர்மங்கள் அறியாது
மினுக்கும் ஒளியே சதமெனவெண்ணி
சொல்லிலடங்கா மகிழ்வில் திளைத்தாய்

உனக்கது உதவாது
உன் சுபாவத்துக்கு ஆகாது
மாயச் சூதின் சுழல் என்றெல்லாம்
சொல்லி அலுத்தே போனேன்

மூர்க்கமும் முனைப்பும்
வீம்பும் மமதையும்
உறுமலும் எகிறலும் ஏதுக்காகும்

நல்லவற்றுக்கு மத்தியில்
எந்தெந்தக் கழிவுநீரில் மொய்த்த
அருவருப்பின் கொசுக்கூட்டமோ வந்து
அடைஅடையாய் மொய்த்தது
விருப்பக்குறிகளாய் தந்திர அபிப்ராயங்களாய்

சுயரூபம் மறைத்தும் இளித்தும்
வார்த்தைகளாடும் கழிசடைகளின்
மறைமுக நிரல்களறியாது லயித்துக் கிடந்தாய்

அலட்சியத்தால்
மௌனமானேன்

இடிந்து சரிந்த உலகம் புரிந்து
மாதுளம் முத்துக்களாய் சிந்தும் குருதி துடைக்க
இப்போது யார் வருவார் சொல்.

அன்பின் குளிகை

ஊரிலிருந்து திரும்பிய காலையிலேயே
ஆரம்பித்தது நம் கானம்

நீராடிக் களித்த பின்
எண்ணை காணாதிறுகியிருந்த
சிக்குக் கூந்தலைச் செப்பம்செய்து
பிச்சிப்பூ சூட்டினேன்

புத்தாடையோடு
பெருமாள் சந்நிதி நுழையவும்
திரை திறந்து ஆரத்தி ஒளிரவும் சரியாய் இருந்தது

எனக்கு துளசி தந்து
உனக்குக் குங்குமம் வைக்க
கைகொண்டு வாய்பொத்தி முகம் நீட்டினாய்
பூங்காவின் கல்திண்டில் போய் அமர்ந்தோம்
வெய்யில் மேனி பரவி இதமளிக்க
காற்று பன்னீர்ப் பூக்களுடன்
விளையாடிக்கொண்டிருந்தது

அலகால் உடல்கோதி
இறகுகள் பறக்கவிட்ட பறவை
சற்றைக்கொரு தடவை
உனை நோக்கிக் கத்தியதைக் காட்ட
"நீயும் ஏன், என்னைப் பாத்தே கத்துற" என்றபடி
அடுக்கடுக்காய்ச் சிரித்தாய்

எங்கெங்கோ அலைந்து
வீடு வரவும் இரவு வரவும்
சரியாய் இருந்தது

அன்றைய அமாவாசை பௌர்ணமி கண்ட
குதூகலிப்பில் எம்பி எம்பிக் குதித்தன அலைகள்
மாறிமாறித் திளைத்த
களைப்பில் போர்வையை இறுக்கி
உறங்கினோம்

உஷையில் விழித்து
நலம் தரும் நல் மூலிகைச் சாறென
சில சொற்களை வறண்ட சருமத்தில்
கசக்கிப் பிழிய
சதா எடைக்கு எடை
அன்பைக்கொட்டி அளப்பவனுக்குத் தெரியுமா
அது திகுதிகுவென எரியுமென்று

பிசகென்றே கொள்
அதற்கிறைத்த சொற்களால்
தறிகெட்டுப் பொங்கிய கோபத்தை
தகிக்க தகிக்கக் கொட்டித் தீர்த்தேன்

அன்பும் மோகமும்கூட
அது போல்தானே

எத்தனைக் கீறல்கள்
சந்தேகத் தீய்ப்புகள்
எதற்கிந்த ஓயா யுத்தம்

பாதையை வெட்டி அகழி செய்தால்
எப்படிக் கடந்து வருவேன்

தேகமெங்கும் தித்திப்பைத் தடவிய கைகளில்
ஏனிந்த நெருஞ்சி முள் கையுறைகள்

கையளித்த காலத்தை வணங்கி
கொள்வன கொண்டு
தள்வன தள்ளவில்லையா நான்

எத்தனைக் கண்டங்கள் தாண்டி
ஏற்றி வந்தேன் இத்தேரில்

ஜென்மாந்திர பந்தமே
ஏனிந்த அவசர கதி
அடைக்க அடைக்க அடங்காமல்
ஊற்றெடுத்துப் பீறிடும்
ஞாபகங்களை எதைக்கொண்டு மூடுவாய்

தகிப்பும்
இதக் குளிரும் நம்மிடம்தானே

படுத்திருக்கும் அவ்வறையில்
அண்ணாந்து பார்
மின்விசிறி சொல்லிச் சுழலும்
நீ அபூர்வக் கணங்களில் அழைக்கும் என் பெயரை

எல்லாவற்றையும் மறந்து
எல்லாவற்றையும் நம்பி
எல்லாவற்றையும் ஒப்புக்கொடுத்த
உன் அன்பின் குளிகை ஒன்றை விழுங்கி
தண்ணீர் குடித்தேன்
இந்த இரவைக் கவ்விக்கொண்டுபோய்ப் போட்டுவிட்டு
இன்னொரு நற்பகலை அது கொண்டு வருமென.

சொல்லும்படி வைத்தாய்

சகலமும் அர்ப்பணம் என்றானதற்கு
ரத்த விளாறு

நித்திய கணப்பில்
தவிப்பு

மொட்டவிழும் மொட்டவிழுமெனக்
காத்திருந்த பொறுமையின்
ஈரக்குலை அறுப்பு

அருந்தக் கூடா ஆலகாலத்தை வைத்துக்கொண்டு
விளையாடுவதைப் பதற்றமின்றி எப்படிப் பார்ப்பது

ஏதுமற்ற நிலத்தில்
தன்னந்தனியே
எனக்கென மலர்ந்து மணந்தபடி காத்திருந்த
நின் கனிவின் மேன்மையை உணர்ந்ததால்
வேறு வழியின்றி
சிசு மரணத் துயரத்தால் பீய்ச்சியமும்
முலைப்பாலின் தாளா வலியுடன்தான்
அதைச் சொல்ல நேர்ந்தது.

விம்மும் வாதை

கடந்தகால நோய்மைக்கூறுகளை அறிந்ததால்
தாளம் தவறும் கண நொடிகளைக் கணித்து
சலிக்கத் தேடி அலசி
ஆழ் மனசுக்குள் கரிசனமாய் உள்வாங்கி
ஒவ்வொரு சரிகளையும்
மறுபடியும் சரிபார்த்து பவ்யமாய் நீட்டுகிறேன்

அபூர்வ மாணிக்கங்களெனத் தெரிந்தும்
இடதுகைச் சுண்டுவிரலால் தட்டிவிட்டு
எதிர்த்திசையில் சுழன்று தந்திரமாய் அழைக்கும்
பிழைகளை நோக்கி ஓடுகிறாய்
உனக்கது பொழுதுபோக்கு
எனக்கது விம்மும் வாதை

வெறுமையையே கையளிக்கிற போதும்
நல்கானம் காதுகள் சேரும் நாளில்
இனிமை சுரந்தபடி என்றேனும் நிகழ்வாயென
இன்னும் நீளுகிறதென்
காத்திருப்பு.

வெள்ளைப் புறாக்கள்

அம்பறாத் தூணியிலிருந்து
சர மழையாய் எடுத்து எய்யத்
தெரியாமலல்ல

புரியா உனக்கெதிராய்த்
தொடுப்பதில்லையென ஒரு விரதம்

அடர் வன இருளில்
யாருமற்ற அனாதையாய்
திகிலில் தவித்து
துக்கம் பீறிட
பெருங்குரலெடுத்து அரற்றி
செருமல் ஒலி படுத்தும் கணத்தில்
உறவின் ஜீவஸ்வரம் உனக்குப் புலனாகும்
செயல்களால் கொதித்துப் படபடத்து
அடிக்கடி அம்பறாத் தூணிக்கு விரைந்தேகுமென் கரத்திற்கு
விரதத்தை நினைவூட்டி
சமாதானத்தின் திசையேகவே
பயணித்துக்கொண்டிருக்கிறேன்.

நான்காம் காட்சி
என்னவாக இருக்கும்

1.

அந்த மலையடிவாரத்தின்
பௌர்ணமி இரவில்
சங்குப் பூவின் இதழொத்த
காதுமடலில் உதடுகள்பட
நான் சொல்லச் சொன்னதைத்
தயங்கித் தயங்கிக் கூச்சமாய்
குப்பென மனோரஞ்சித வாசனை அடித்ததுபோல்
சொல்லிவிட்டு வேங்கை மரத்தில்
புறங்கை வைத்து உள்ளங்கைக்குள்
முகம் மூடினாய்

இரு காதுகளின்
மேல்பக்கமாய் தலையைப் பிடித்து உலுக்க
முகம் மூடியபடியே திரும்பினாய்

2.

வலிந்து உன் கைகள் விலக்க
வெட்கம் குமிழ முகம் சிவந்து
மித வெம்மை தகித்த மேனியில் சாய்ந்தாய்

தாடை பிடித்து நிமிர்த்தி
நின் முகம் பார்த்த கணம் அமிழ்து

3.

பாதைகள் தூர்ந்துபோன பின்
யாருக்கும் பகிர முடியா தாப நினைவுகள்
மின்சாரமில்லா இந்நேரத்தில் ஏற்றிய
மெழுகின் தேம்பலாய்

4.

… … … … … … …
… … … … … … …

இனி காட்சி நான்கை
விடுப்பில் சென்ற கடவுள் வந்து எழுதுவார்.

வார்த்தை தவறிவிட்டாய்

ஆளற்ற பரந்த மைதானத்தின் நடுவில்
அடித்துப்பெய்யும் பெருமழையில்
தனியனாய்
நிற்கிறேன்

பயணம் முடிந்து இறங்கியதும்
பாக்கலாங்க என்று சொல்லிப் போவது போல்
போய்விட்டாய்

இவ்வளவு ஆண்டுகளும்
உனக்கு அத்தனை லகுவாகிவிட்டது.

திரிபு

மண்ணோடு குலவுகிற மழை போலச் சடசடத்து
மரகதத்துப் பசும் புல்லாய்க் காற்றுக்குச் சிலுசிலுத்து
உயிருக்குள் உறைந்த பின்னே கவிதைக் கிறுக்கெடுத்து
கண்ணெல்லாம் நீர் தளும்ப கனிந்து நின்ற குஞ்சரமே

வெண்ணை இதழ் முத்தி
மாந்திய கள் போதை தந்து
களித்துக் கவிபாடி
தோளுரச நடந்ததுவும்

வெண்பனியும் தண்ணிலவும்
கண்ணிமையை மூட வர
தாழைமடல் திறந்ததுவும்

கொஞ்சி மடிகிடத்தி
பின்னழகு பார்த்தே பேதலித்துக் கிடந்ததுவும்
மெல்லிய தாலாட்டால்
நலுங்காமல் போர்த்தியுனைக்
கண்ணுறங்கச் செய்ததுவும்
கனவா நனவா

அகம் பதிய அமிழ்ந்தமிழ்ந்து
மேலெழுந்த கவிதையெல்லாம்
தூரத்தே நீயிருக்க போக்கின்றித் திரியுது பார்

ஆகிருதி போல் இருட்டில் தெரிந்ததெல்லாம்
சோளக்கொல்லை பொம்மைதானா

வற்றாச் சுரப்பென கண்ணுக்குத் துலங்கியது
கானலதன் நீரூற்றா

யார் காணும் கனவில் நிகழ்கிறது
நம் வாழ்வென்ற வாசகம்போல்
எல்லாமே நிழல்தானா.

அபேதமெதற்கு

உண்மையான அர்த்தத்தில்
கடைசியாக பார்த்தது ஞாபகம் இல்லை

ஒளியின் ஸ்படிகத்தில்
மெலிதாயொரு கரு வளையம்

நிறைவேறா பிரார்த்தனைகளை
நெஞ்சில் நிறுத்தி
கண்மூடி கைகூப்பிப் பிரார்த்திக்கையில்
பதறி அடித்து ஓர் வவ்வால்
வெளியேறுவதைப் போல் போன
உன் பாவனைகள் புரியவில்லை

நாள் நாளாய் அடுக்கி
நினைவள்ளிப் பூசி
நீ நுழையாத வீட்டைத்தான்
கட்டிக் கொண்டிருக்கிறேனோ

நான் மீட்டும் ஸ்வரங்கள் மட்டும் ஏன்
உன் காதுகளை அடைவதில்லை

உடைந்த கண்ணாடித் துண்டு
மணிக்கட்டை கீறியதாய் வழிகிறது

இப்படித்தான்
எங்கு சென்றாலும்
காதைப் பற்றி தூக்கி வந்து
எனை ஓர் முயலாய்
நின் நினைவுப் பட்டியில் அடைக்கிறது
காலம்.

ஒரு கணம் தவறாகி

முன்னைவிட நெகிழ்வு
முன்னைவிட பக்தி

வாலாட்டும் உணர்வோடு
ஓடி ஓடி வலிந்துபோய் வேறென்ன வேண்டும்
நான் பார்த்துக்கொள்கிறேன் என்கிறான்

பாடட்டுமா எனக்கேட்டு
தானே பாடுகிறான்

சிறு பிள்ளையிடம்
மண்டியிட்டு வணங்குகிறான்

வெளிப்பிரகாரத்தில் அமர்ந்த படி
நாயன இசைக்கு முன்னெப்போதைவிடவும்
கண் கசிகிறான்

காலம் மெல்லிய முறுவலுடன்
அவன் குற்ற உணர்ச்சியின் பக்கங்களை
வாசித்துக்கொண்டேயிருக்கிறது.

அருளாளர்க்கு அருள் ஏன்

பிழைகளில் மூழ்கி
களங்கத்தில் கலைவுற்று
வாதைகளில் திரிந்தலைந்து
நிர்மலமாகித் தெளிந்து மௌனித்து
உகுத்து விதிர்ப்பவன் கைகளில்தான்
முதலில் விழுகிறது
சில ஞானப் பிரசாத
நீர்த் திவலைகள்

இடம்

இடைவெளிக்காலம் முடிந்து
நீண்டகாலக் காத்திருப்புக்குப் பின்
பயணக்களைப்பில் இறங்கி வந்ததும்
அத்திப்பழக் கட்டும்
முகம் துடைக்கும் காகிதமும்
நீர் போத்தலும்
கூந்தல் ஒதுக்கும் சீப்பும் தந்தேன்
எல்லா வடுக்களையும் மறைத்தபடி

குளிரூட்டப்பட்ட
மகிழுந்தின் கதவு திறந்து
கரிசனமாய் அமரச் சொல்லி வேண்டி நின்றது
புன்னகையையோ
ஸ்பரிஸத்தையோ
நற்சொல்லையோ நாடியல்ல

உள் ஏறியதும் அவசரமாய்
அப்பக்கக் கதவோரம் நகர்ந்து அமர்ந்து
வேகமாய் இடது கை நீட்டி
அங்கேயே அப்படியே... என்றொரு சைகை

பெருகிய துக்கம் மடைதேட
முகம் திருப்பினேன்

பேச்சற்று
நகர்ந்துகொண்டேயிருந்த வண்டிக்குள்
வானொலியை இயக்கி
பண்பலையின் வளவள உரையாடல்கள் கடந்த
ஓட்டுநரின் தேடுதலில்
திடுமென ஒலித்தது அப்பழந்திரைப்பாடல்

"புதியதல்லவே தீண்டாமை என்பது
புதுமை அல்லவே அதை நீயும் சொன்னது..."

"தாளத்தை ராகம் தொடாத போதிலே
கீதத்தை நெஞ்சம் தொடாமல் போகுமே..."

சற்று நேரத்தில் வேகத்தைக் குறைத்தபடி
ஓட்டுனர் சொன்னார்
உங்கள் இடம் வந்துவிட்டதென

உண்மையில்
அது எந்த என் இடம் என்றெனக்கு
இன்னும் தெரியவில்லை.

இளகிப் படர்ந்த நல்லொளி

விழிகளில் திரண்ட நீரை
தூசி துடைக்கும் பாவனையில்
துடைத்தபடிதான் நின்றிருந்தேன்

வாழ்ந்துகெட்ட கூச்சம்
பதிலற்ற தலைகுனிந்த அநிச்சை சிரிப்பு

அமர நாற்காலிகூடயின்றி
ஏன் என்னை இங்கு நிற்க வைத்தீர் ஆண்டவரே
ஏன் என்னை இங்கு நிற்க வைத்தீர்

முத்திரைத் தாள்களில் ஏற்கனவே
பதற்ற நடுக்கத்தில் கையெழுத்திட்டிருந்தேன்

பதிவாளர்
நீங்கதான் இந்த எழுதுறவரா என்றார்
தலையசைத்தேன்

இடதுகை விரல்ரேகை பதிவு செய்பவர்
காலேஜ்லயே உங்கள தெரியும்
மிமிக்கிரி பண்றவர்தானே
எதுவும் தரவேண்டாம்
வாங்கிறவ தந்துட்டாக எனச்சொல்ல
உயிரற்று புன்னகைத்தேன்

என் ராஜ தோரணையை
குப்பை மேட்டில் கிடத்திய துரோகமொன்று
தூணோரம் குனிந்திருக்க
இன்னொன்று என் பதட்டத்தை ரசித்தபடி

எப்போதும் திறந்திருக்குமென்
கருணை கதவுகள் என்று அறிந்த
மன்னிப்பொன்று கண்ணீருடன் கைபிடிக்க
அன்பும் இல்லாவிட்டால் இனி என்னதான் மிச்சம்
பரவாயில்லை பரவாயில்லை
இருக்கட்டுமென்றேன்

துக்க வீட்டில் அலையும்
பூனையைப் போல்
குறுக்கிலும் நெடுக்கிலும்
தத்தி நடந்தபடி ஒரு குழந்தை

இனி
இவையில்லையென்ற இயலாமையும்
நேசங்கள் கதவடைத்த விரக்தியும்
யாரையும் ஏமாற்றா வைராக்கியமும்
இழப்பின் வலியுமாய் சேர்ந்து
ஏதோ சட்டென
அகதியான தவிப்பு மொய்த்து கவிய
எப்போது வெளியேறுவோமென
தோன்றிக்கொண்டே இருந்தது

குத்திய கத்தியை எடுப்பது போல
எனக்கான பற்றுச்சீட்டை தந்தனர்

வாங்கியவனிடம் ஒன்றே ஒன்றுதான் கேட்டேன்
இது இப்படித்தான் என்று அறிந்தும் ஏற்ற கலைஞன் நான்
என் பழைய வீட்டு வாசலில்
தகப்பன் நினைவாய் நான் கொண்டு வந்து நடும்
மரக்கன்று ஒன்றிற்கு நீரூற்றி வளர்க்க முடியுமா

சட்டென என் பாதம் தொட்டு
கண் ஒற்றினான்

ஒரு மோசமான நாள்
மோசமானதாகவே இருக்கும் என்றெல்லாம்
சொல்ல முடியாதுதானே.

துணை

முன்னுச்சியோரம்
முடி கொட்டத் துவங்கிய இடத்தைக் காட்டி
விசனம் கொள்ள
அன்பின் நறுமணத்தால்
அதையே வகிடாய் மாற்றி
பொறுமையாய்ப் பின்னலிட்டேன்
உறங்கிச் சாய்ந்தாய்

எழுந்த பின் ஆடி பார்த்து
ஏதோ தியானம் முடித்து
கண்திறந்த கணமாய்
மெல்லப் புன்னகைத்தாய்

உள்ளங்கைகளை அருகருகே குறுக்குநெடுக்காய்
நீட்டியும் மடக்கியும் குதூகலித்தாய்

மழலை மொழியில் இமைகள் பனிக்க
கேட்ட வரமதை உடனே தந்தேன்

காதுமடலருகே நன்றி சொல்லி
காற்றென மிதக்க வைத்தாய்

ஒற்றையடிப்பாதையில் நடந்து
மரங்கள் அடர்ந்த வனத்துக்குள் நுழைந்தபோது
மெல்ல இருட்டத் துவங்கிய பொழுதில்
எத்தனை மின்மினிப் பூச்சிகள் பறந்து வந்தன வாழ்த்த
அவற்றைப் பிடித்து மூடிய உள்ளங்கையைத் திறக்கையில்
மின்மினிகளோடு நாமும் பறக்கவில்லையா

அரூபமாய் உலவும் உணர்வுகளில்
எதை மறக்க
எதை விவரிக்க

கழிவிரக்கத்திலும் ஆற்றாமையிலும்
உறைந்திருக்கும் இந்நாட்களின் இறுக்கம் விலக
புதிதாய்ப் பிறந்த நாய்க்குட்டியை வாங்கி வந்து
அதன் அசைவுகளில் சற்றே லயிக்கப் பார்க்கிறேன்

உறக்கமற்ற இரவுகளில் அதுதான் இப்போது
நேர்துணையாய் உலவிக்கொண்டிருக்கிறது.

பாஷாங்க இராகம்

கண்ணீருக்கும் கைகூப்பலுக்கும் இரங்கா
வைராக்கியமே

வேட்கைக்கும் நல்வினைக்கும்
எதிர்விசை பரிசளித்த களிப்பே

மெட்டமைக்க முடியா
அற்புதச் சொற் சரமே

வாழ்வின் புத்தகத்தில்
பொன் முலாம் பூசிய அத்யாயமே

அபூர்வத் திறனொடு
நியாயப் பதில்களையே
முனை மழுங்கி விழவைத்த உன்மத்தமே

மறந்ததையும் மறைத்ததையும் திறக்க
இன்னும் எத்தனை முறை
மருள் வந்து துடித்தாட

புறக்கணிப்பில் வெளியேறி
இலக்கில்லா ஏதிலியாய் அலைந்து
சிறகுகள் சோர்ந்து
விடிகாலை கிளைசேர்ந்து அமரவும்
மழை தன் தந்திகளால் மண் மீட்டவும்
சரியாயிருந்தது

கண்ணிமைத்து உடல்சிலிர்த்துச் சிதறிய
திவலைகளும் உடன் சேர
இப்போது உருமாறிய ராகம்
உங்களுக்குக் கேட்கிறதா.

ஒரு

திகைத்து நீர் தளும்ப
அலமலக்க ஓடிவந்து
உக்கிரமாய்க் கேட்டேன்

சொல்
உனை வதைத்த அவ்வுறவை
என்ன செய்ய

சாந்த தயவுள்ள
இறுமாப்பில்லாத
தீங்கு நினையாத
அழிவிலும் பிரிவிலும் குலையாத
விவிலிய வாசக உரு நீ

பதட்டமிலா மௌனத்தோடு
பாசமாய் அருகிருத்தி
உன் உள்ளங்கைக்குள்
என் கையை
எடுத்து வைத்துக்கொண்டு
மௌனத்தின் கதகதப்பை தந்தபின்
நேச வைராக்கிய கருணையுடன்
மெதுமெதுப்பாய் எல்லாம் விளக்கி
இப்படி முடித்தாய்

அந்த கோப முள்ளின் மேல்
மலர்ந்த மலரில்தான்
எத்தனை வாசனையப்பா

ஒரு மன்னிப்பு
அப்படி ஒளிவீசும் வைரமானதை
அன்று கண்டேன்

கோவிலுக்கு போகலாம் என்றாய்
தாளா துயரமும் பரவசமுமாய்
உனைப் பின்தொடர்ந்தேன்

அய்யோ
என்னின் மென்மையெல்லாம்
நின்னின் கொடையன்றோ தாயே.

ப்ரியத்தால் நெய்த துயர்

தரிசனத்தின் கண நேர மன விரிவை பெற்ற நாள்முதலே
நினைவின் வற்றாத நீரோட்டம்
நேர்துணையாய் சூழ்கிறது

அந்த ஏரிக்கரையோரம்
செங்கால் நெடுங்கொக்கு மட்டுமே
கழுத்து நீட்டி நீட்டி நடந்த பொழுதில்
விழிகளின் விளிம்பில் நின்ற நீர்
கன தனங்களின்மேல் பொல பொலவென சிந்தின

ஊசி குத்தி குருதி துளிக்கும்
விரலின் மெல்வாதை என்னுள்

தடமிழந்த தவிப்பால்
அன்பில் திகைத்துப் படர்ந்தபின்னும்
வீம்பும் வீறாப்புமாய்தான் இருந்தாய்

நின்னை அடர்ந்து நின்ற நீள் நெடுந்துயரத்தை
சனியின் வக்கரிப்பை சுக்கிரனுக்கு மாற்றியெழுதி
ஒளியுறச்செய்தேன்

அடிவானக் காட்சிகளில் வண்ணம் மாறும் பொழுதில்
இமையிதழ்கள் படபடக்க
உள்ளங்கைகளில் மலர்முகமேந்தி
ஆழ்விழிகளில் ப்ரியங்கள் சுடராடிய கணங்கள் அமிர்தம்

பட்டுவிரல் மீட்டலிலே
சுரங்கள் உதிரும் மாயங்கள் செய்தாய்

பிடித்த பல்லவியின் முதலிரண்டு வரிகளாய்
மறுபடி மறுபடி உனை முணுமுணுத்தேன்

நண்டு வரையும் கோடுகளை
அழித்து விளையாடும் அலைகளை திட்டியபடி
மேனி கிளர்த்தும் காற்றோடு
எத்தனை நாள் அமர்ந்திருந்தோம்

பயணங்களில் தோள்சாய்ந்த கண்ணயர்வில்
கேசயிழை முகம் படரும்

மனக்குளத்தில் துள்ளும் விரால்கள்
தாமரையில் வந்து மோதும்

ஏதோவொரு மறை பொருள்
முகபாவ சமிக்ஞைகளின் சம்சயத்தால்
உறவா பிரிவா என்ற கேள்விக்கு
முறிவை விரும்பியதையே புலனுற்றேன்

ஒரு திறப்பில் ஒளிர்ந்து விடியவில்லை
பல்லாண்டு போஷிப்பது

விழி கண்ட பிரதிமைகள் பொய்யானதும்
நீர் காணா ஏரிநில வெடிப்பில் நெஞ்சு கனக்க
பட்சிகளேதுமற்ற மரத்தடியில்
கீழுதட்டை மெதுவாய்க் கடித்தபடி
கண்ணோரம் திவலை தளும்ப
ஊமையின் துயரமாய் தவிதவித்தேன்

என்னை சிருஷ்டிக்கும்போது மட்டும்
அமைதியற்றிருந்தானோ தேவன்

சித்திரிக்கவியலா
சங்கிலித் தொடர் நினைவுகளால்
மனமிறுகிய துர்பொழுதில் சிதிலமுற்றேன்

கணிப்புகள் பொய்த்த அலைகழிப்பில்
முடிவுற்றதொரு மனவெறுமையில்
நடை தளர்ந்து
சிகை நரைத்து
சுருக்கங்களால் மூப்பாகி
வருவாய்

வயதின் அந்தியிலும்
நினைவில் தளும்பும் நாட்களோடு
அதே அந்த முருகன் சந்நிதியில்தான்
காத்திருப்பேன்.

தற்படம்

இன்று என்
பிறந்த ஊருக்கு வந்தேன்

எங்கள் வீடு இருந்த இடத்தில்
வங்கியிருக்கிறது
விடுதியிருந்த இடத்தில் நகைக் கடை
அங்காடியிருந்த இடத்தில் டாஸ்மாக்

எனக்குத் தெரிந்தவர்கள் யாருமில்லா
அத் தெருக்களில்
என்னைத் தெரிந்த ஓரிருவர்
வணக்கம் சொல்லி
புன்னகைத்துக் கடந்தனர்

கொடிகட்டி வாழ்ந்த ஊரின் சாலைகளைக்
கடந்துகொண்டேயிருந்தேன்

எல்லையோர ஊர்ப் பலகையும் வந்துவிட்டது
அதன் முன் நின்று
ஒரு தற்படம் எடுத்துக்கொண்டு
பேருந்தில் ஏறிவிட்டேன்
எனக்கென யாருமற்ற
என் ஊரில்.

எத்தனை காதமோ

ஒரு சொட்டு அன்பின் ஈரம் வேண்டி
புழுதியில் புரண்டழுது மீண்ட குழந்தை
மூக்குறிஞ்சி வழிந்த கைகளை
பின்புறம் துடைத்தவாறு
கனவும் நினைவுமாய் நடந்து நடந்து

காலத்தின் சாலையில்
பித்தவெடிப்பேறிய கால்களுடன்
இன்னும் தொடர்கிறது நடை

அனாதிவெளியில்
இன்னும் எத்தனைக் காதமோ.

நூலாசிரியரின் பிற நூல்கள்
கால வரிசைப்படுத்தப்பட்டது

1. **ஒப்பனை முகங்கள்** - கவிதைகள் - அன்னம் பதிப்பகம் - 1990.
2. **காத்திருப்பு** - கவிதைகள் - அன்னம் பதிப்பகம் - 1995.
3. **வண்ணதாசன் கடிதங்கள்** - தொகுப்பு நூல் - கோவை வைகறை நஞ்சப்பன் வெளியீடு - 1997.
4. **காலாதீத இடைவெளியில்** - கவிதைகள் - மதி நிலையம் - 2000.
5. **சீம்பாலில் அருந்திய நஞ்சு** - கவிதைகள் - சந்தியா பதிப்பகம் - 2006.
6. **பாலகுமாரன் சிறுகதைகள்** - முத்துக்கள் பத்து - தொகுப்பு நூல் - அம்ருதா பதிப்பகம் - 2011.
7. **ஆளுமைகள் தருணங்கள்** - கட்டுரை - காலச்சுவடு பதிப்பகம் - 2014.
8. **விதானத்துச் சித்திரம்** - கவிதைகள் - போதிவனம் பதிப்பகம் - 2017.
9. **That was a Different Season** - Ravisubramaniyan - Poems - Translated By R. Rajagopalan - Authors Press - Delhi - 2018.
10. **நினைவின் ஆழியில் அலையும் கயல்கள்** - கவிதைகள் - போதிவனம் பதிப்பகம் - 2020.
11. **எம்.வி. வெங்கட்ராம் சிறுகதைகள்** - தொகுப்பு நூல் - காலச்சுவடு பதிப்பகம் - 2021.

12. **தி. ஜானகிராமன் படைப்புலகம்** - தொகுப்பு நூல் - தமிழ்நாடு பாடநூல் வெளியீட்டு நிறுவனம் - 2023.

13. **எம்.வி. வெங்கட்ராம்** - இந்திய இலக்கிய சிற்பிகள் வரிசை - கட்டுரை - சாகித்ய அகாடமி - 2023.

14. **அன்பின் நறுமணம்** - கட்டுரைகள் - விஜயா பதிப்பகம் - 2024.

15. **மீ காய் கெரு** - எம்.வி. வெங்கட்ராம் - பதிப்பு நூல் - பரிசல் பதிப்பகம் - 2024.

16. **ஓசை உடைத்த கவிதைகளில் இசை** - கட்டுரை - காலச்சுவடு பதிப்பகம் - 2024.

17. **நினைவில் நிற்கும் மனிதர்கள்** - கட்டுரைகள் - எதிர் வெளியீடு - 2025.